भारतातील महिला विकासाची वाटचाल

ज. शं. आपटे   पुष्पा रोडे

 डायमंड पब्लिकेशन्स, पुणे

भारतातील महिला विकासाची वाटचाल

ज. शं. आपटे, पुष्पा रोडे

प्रथम आवृत्ती – ऑक्टोबर २००८

पुनर्मुद्रण : २०२१

ISBN - 978-81-8483-049-1

© डायमंड पब्लिकेशन्स, पुणे

मुखपृष्ठ :
शाम भालेकर

प्रकाशक :
डायमंड पब्लिकेशन्स
२६४/३ शनिवार पेठ, ३०२ अनुग्रह अपार्टमेंट
ओंकारेश्वर मंदिराजवळ, पुणे–४११ ०३०
☎ ०२०–२४४५२३८७, २४४६६६४२
info@dpbooks.in

ऑनलाईन पुस्तक खरेदीसाठी भेट द्या
www.dpbooks.in

सावित्रीबाई फुले, ताराबाई शिंदे,
पंडिता रमाबाई, रमाबाई रानडे,
मादाम कामा, कस्तुरबा गांधी,
कमलादेवी चट्टोपाध्याय,
आवाबाई वाडिया
यांच्या आणि असंख्य
ज्ञात-अज्ञात
कार्यकर्त्यांच्या प्रेरक स्मृतीस
विनम्र अभिवादन!

मनोगत

१५ ऑगस्ट २००७ रोजी भारत स्वतंत्र होऊन साठ वर्षे पूर्ण झाली. ह्या सहा दशकांच्या काळात आपल्या देशाची सामाजिक, आर्थिक, शैक्षणिक, सांस्कृतिक क्षेत्रात बऱ्याच प्रमाणात प्रगती झाली. २ ऑक्टोबर १९५२ रोजी सुरू झालेली समाज विकास योजना आता देशाच्या सर्व ग्रामीण भागात पोचली आहे. साक्षरता, प्राथमिक शिक्षण, प्रौढ शिक्षण ह्यांचे प्रमाण निश्चितच वाढले आहे. वैद्यकीय सेवांचा प्रसार झाल्यामुळे अपेक्षित आयुर्मर्यादा ग्रामीण–शहरी भागात जवळजवळ ६५ इतकी झाली आहे. ह्या सर्व विकास प्रक्रियेत वर्षानुवर्षे दुर्लक्षित, उपेक्षित राहिलेला महिला वर्ग प्रगतीची, उत्कर्षाची, सुधारणांची फळे चाखू लागला आहे. तो आता लाभार्थीही झाला आहे.

घरात, स्वयंपाकघरातच अडकलेल्या महिला आता घराबाहेरील श्रमकार्यात सहभागी झाल्या आहेत. प्रस्तुत पुस्तकात भारतातील महिला विकासाची वाटचाल कशी, कोणत्या दिशेने, किती झाली हे समजून घेण्याचा प्रयत्न आम्ही केला आहे.

स्वातंत्र्यपूर्व काळात महाराष्ट्रात व इतर राज्यांत महिलांसाठी जाणीव जागृतीचे, प्रबोधनाचे प्रयत्न, आंदोलने, वैयक्तिक व संस्थात्मक पातळीवर लक्षणीय प्रमाणात झाले. महाराष्ट्रात १८४८ पासून म. जोतिबा व सावित्रीबाई फुले, न्यायमूर्ती रानडे, सुधारककर्ते आगरकर, महर्षी कर्वे, र. धों. कर्वे, पंडिता रमाबाई आदींनी स्थापिलेल्या, सुरू केलेल्या संस्था, कामे ह्यांनी स्वातंत्र्योत्तर काळात महाराष्ट्रात पुरोगामी, प्रगतिशील, लोककल्याणकारी योजना, प्रकल्प कार्यक्रमांसाठी मानसिक वैचारिक पार्श्वभूमी तयार केली. भारतरत्न डॉ. आंबेडकर ह्यांनी कायदेमंत्री ह्या नात्याने केलेली कामगिरी ह्या कार्यक्रमांना आधारभूत ठरली. प्रस्तुत पुस्तकात त्या कामगिरीचा सविस्तर आढावा घेण्यात आला आहे. महाराष्ट्र राज्य निर्मितीनंतरही लोकशाही विकेंद्रीकरणासारख्या उपक्रमांमुळे जिल्हा परिषद, पंचायत समित्या अस्तित्वात आल्या. १९७० च्या नंतर आंतरराष्ट्रीय महिला वर्ष, महिला दशक ह्यामुळे जगभर महिलांसाठी कार्यक्रमांना गती मिळाली, दिशा लाभली. १९७० च्या दशकात व नंतरही महाराष्ट्रात स्त्री मुक्ती संघटना, नारी समता मंच आदी संस्था सुरू झाल्या. त्यांच्या कामाचे विवेचन, माहितीही पुस्तकात विस्ताराने दिली आहे. पहिल्या योजनेपासून सुरू झालेल्या कुटुंब नियोजन कार्यक्रमाचा आढावा तपशिलात घेतला आहे. स्त्रीगर्भ हत्या, घरगुती हिंसा, लैंगिक छळणूक

आदी समस्यांचाही परामर्श घेतला आहे. गेल्या १०-१५ वर्षात सुरू झालेल्या (आर्थिक) स्वयंसेवी साहाय्यता गटांचे काम, व्याप्ती यासंबंधी माहिती, आकडेवारी प्रस्तुत पुस्तकात दिली आहे. महिला विकासासाठी पाश्चिमात्य देशांत व भारतात महिलासंस्थांनी पुढाकार घेतला, वैचारिक, तात्त्विक पार्श्वभूमी, वातावरण, अधिष्ठान देण्यासाठी प्रयत्न केले. त्याचे चिकित्सक विवेचनही करण्याचा आम्ही प्रयत्न केला आहे. शासकीय स्वयंसेवी पातळीवर महिला विकासासाठी महिला कल्याण, महिला सक्षमीकरणाचे कार्यक्रम राबविले गेले. त्या कार्यक्रमामागे एक तात्त्विक भूमिका होती हे समजून घेणे महत्त्वाचे आहे.

ह्या पुस्तकासाठी 'गोखले अर्थशास्त्र संस्था', 'फॅमिली प्लॅनिंग असोसिएशन ऑफ इंडिया' (मुंबई) ह्यांच्या ग्रंथपालांचे मोलाचे साहाय्य लाभले. त्याचप्रमाणे 'आलोचना-स्त्रीविषयक संग्रहण आणि संशोधन केंद्र' (पुणे) ह्या संस्थेने वेळोवेळी आवश्यक ते साहित्य, माहिती, आकडेवारी उपलब्ध करून दिली. केंद्राचे व संस्थांच्या ग्रंथपालांचे विशेष आभार. थोर साहित्यिक सौ. मंदाकिनी भारद्वाज ह्यांच्याशी चर्चा, विचारांची देवघेव उपयुक्त ठरली त्याबद्दल त्यांना धन्यवाद. ज्येष्ठ पत्रकार श्री. सुभाष नाईक ह्यांनी सर्व प्रकरणे तपासून आवश्यक त्या सूचना दिल्या याबद्दल त्यांचे मन:पूर्वक आभार. टाटा सामाजिक विज्ञान संस्थेतील 'स्त्री अभ्यास केंद्रा' च्या प्रा. डॉ. श्रीमती छाया दातार ह्यांची प्रस्तावना प्रस्तुत पुस्तकास लाभली ह्याबद्दल त्यांचे आभार. अक्षरजुळणीकार सौ. ज्योती भालेराव यांच्या सहकार्याशिवाय हे पुस्तक तयार होऊ शकले नसते. चित्रकार शाम भालेकर यांनी या पुस्तकासाठी अनुरूप मुखपृष्ठ तयार करून दिले. डायमंड पब्लिकेशन्सचे श्री. दत्तात्रेय पाष्टे यांनी आमचे पुस्तक तत्परतेने व अगदी थोड्याच वेळात प्रकाशित केले त्याबद्दल त्यांना मन:पूर्वक धन्यवाद ! या सर्वांना मन:पूर्वक धन्यवाद. सहकार्याबद्दल आमच्या कुटुंबीयांचे आभार महिला विकासासंबंधी आस्था, आत्मीयता असणाऱ्या प्रत्येकाला प्रस्तुत पुस्तक उपयुक्त, साहाय्यक ठरेल व वाचकांना माहितीपर वाटेल ही अपेक्षा.

पुणे

ज. शं. आपटे
पुष्पा रोडे

प्रस्तावना

"स्त्रीचे समाजातील स्थान" या विषयाला स्वातंत्र्य चळवळीच्या पहिल्या अवस्थेमध्ये खूप महत्त्व दिले गेले होते. सुधारक पुरुषांनी स्त्रियांच्या शिक्षणाबद्दल आणि एकूणच सन्मानाबद्दल आग्रह धरला. एवढेच नव्हे तर ज्या स्त्रिया स्वयंप्रज्ञेने काम करण्यास पुढे सरसावल्या, त्यांना त्यांनी प्रोत्साहनही दिले. स्वातंत्र्यानंतर काहीशी शिथिल झालेली स्त्री प्रश्नांची चर्चा १९७५ नंतर पुन्हा एकदा स्त्रियांच्या पुढाकाराने पुढे जाऊ लागली. ह्या चर्चा अधिक व्यापक होऊन अनेक प्रश्नांना भिडत आहेत, आणि स्त्री-विकासासाठी आवश्यक अनेक उपाययोजना, शासकीय धोरणे यांसाठी आग्रह धरण्याचे प्रयत्न चालू आहेत.

या सर्व कामांमध्ये अनेक स्वयंसेवी संस्था व नागरिक यांचा मोठा सहभाग असून त्यामध्येही स्त्री कार्यकर्त्यांचा समावेश आहे. अशा स्त्री स्वातंत्र्याच्या जाणिवा जागृत झालेल्या कार्यकर्त्यांना उपयोगी पडेल असे, एका विशाल विचार विश्वाचा काहीसा धावता आढावा काढू धजावणारे हे पुस्तक आहे. आज उच्च शिक्षणाच्या पातळीवर स्त्री अभ्यास ही आंतरशाखीय विद्याशाखा शिकविली जात आहे व इतका प्रचंड वैचारिक व्यवहार आणि आदान-प्रदान घडत आहे, की त्याच्यातील काही प्रकाशकिरणे घेऊन हे पुस्तक सजविले आहे. या पुस्तकाच्या संकल्पनेबद्दल लेखकद्वयांचे अभिनंदन केले पाहिजे. अवांतर वाचनासाठी १०वी १२वी पर्यंत शिकणाऱ्या मुलांनाही याचा उपयोग होईल. 'जिज्ञासा'सारखे कार्यक्रम राबविणाऱ्या शिक्षकांना आधार म्हणून हे पुस्तक वापरता येईल अशी आशा करू या.

पश्चिमेतील विकसित देशांमध्ये जेथे औद्योगिक क्रांती झाली तेथे स्त्री स्वातंत्र्याची जाण प्रथम जन्माला आली व स्त्रीविकास किंवा स्त्री विमोचन ह्या कल्पनांच्या सैद्धान्तिक मांडणीचे प्रयत्न झाले त्याचे थोडक्यात वर्णन करून लेखक भारतातील स्वातंत्र्यपूर्व काळातील स्त्री विकासाच्या प्रयत्नांचा मागोवा घेतात.

स्त्रियांच्या दृष्टीने स्वातंत्र्योत्तर काळातील पहिला महत्त्वाचा टप्पा हिंदू कोड बिल आणि त्या निमित्ताने घडलेला इतिहास चांगल्यापैकी विस्ताराने टिपला गेला आहे. त्या प्रकरणाच्या शेवटी विवाहविषयक व संपत्तीच्या वारसाविषयक २० कायद्यांची यादी देण्यात आली आहे. त्याचे विवरण पुढील प्रकरणात आले आहे. अलीकडे

झालेल्या पारिवारिक हिंसाविरोधी कायद्याची माहिती व त्यातील घरातून स्त्रीला बाहेर न काढण्याचे वैशिष्ट्यपूर्ण कलम याचाही उल्लेख आहे.

स्त्री विकासाच्या वाटचालीमध्ये कायद्याचे महत्त्व पुष्कळदा समजून येत नाही. कारण कायद्याची अंमलबजावणी योग्यतऱ्हेने होत नसल्यास लोकांचा विश्वास उडत जातो. पुष्कळदा गरीब व अशिक्षित स्त्रियांना न्यायालयाच्या दरवाज्यापर्यंत पोचता येत नाही. आणि तरीसुद्धा कायद्याचे महत्त्व मानायला हवे कारण समाजातील जागरूक मानसिकतेचे ते मापदंड असतात. मानवी हक्कांची जाण त्या समाजामध्ये कितपत स्वीकारली गेली आहे त्याची हे कायदे खुणादर्शक चिन्हे असतात.

आंतरराष्ट्रीय पातळीवर युनोमध्ये घेतली गेलेली स्त्री–प्रश्नांची दादही तितकीच महत्त्वाची आहे. विशेषत: आठ मार्च हा महिलादिन म्हणून साजरा केला जातो आणि ते सर्वांच्या अंगवळणी पडले आहे.

बोस्टन येथे तयार कपड्याच्या कारखान्यात काम करणाऱ्या कामगार स्त्रियांनी पगारवाढीसाठी लढा दिला. रक्त सांडले. त्याची पार्श्वभूमी या दिवसाला आहे.

कुटुंब नियोजन व कुटुंब जीवन शिक्षण या दोन्ही प्रकरणातून स्त्रियांच्या जीवनातील महत्त्वाच्या पैलूला–मातृत्वाला हात घालून स्त्री–पुरुष संबंध व दोघांच्या कौटुंबिक जबाबदाऱ्या विशेषत: प्रजोत्पादनासंबंधी याची चांगली चर्चा केली आहे. ज. शं. आपटे यांनी स्वत: याबाबतीत भरीव कामगिरी केली असल्याने या पुस्तकात ते अपेक्षित होते. कुटुंब नियोजन हे लोकसंख्या नियंत्रणाशी एवढे एकजीव केले गेले होते की त्यामध्ये वाढत्या लोकसंख्येला नियंत्रित करण्यासाठी स्त्रीला वेठीस धरण्यावर भर होता. आणि म्हणून स्त्री चळवळीने कुटुंबनियोजनाच्या धोरणाविराधी सतत लढा दिला आणि त्याच्या परिणामात आता धोरणांमध्ये इष्ट बदल होत असताना दिसतात. तरीही स्त्रीकडे साधन म्हणूनच पाहिले जाते ह्याचा उल्लेख झाला असता तर हे प्रकरण अधिक उठावदार झाले असते.

लिंगभेदविरहित अर्थसंकल्प व स्त्री सक्षमीकरणाचे फलित या दोन प्रकरणांतून स्त्रीविकासाला चालना देण्याच्या आर्थिक धोरणाची थोडक्यात चांगली ओळख झाली आहे.

मध्यमवर्गीय मानसिकतेमधील बदलातून पुन्हा एकदा व्यापक सामाजिक व मानसिक बदल या जागतिकीकरणाच्या काळात कशा रीतीने घडत आहेत व त्याचा परिणाम म्हणून आत्ममग्नता कशी वाढली आहे. तंत्रज्ञानाचा दुरुपयोग केल्याने मुलींची संख्या कशी कमी होत चालली आहे याचे काहीसे निराशाजनक चित्र लेखक रंगवितात.

मात्र हे आव्हान कसे पेलता येईल आणि त्याबाबत काय प्रयत्न चालू आहेत याची थोडीशी चर्चा झाली असती तर अधिक मार्गदर्शक लेखन झाले असते.

याबद्दल शेवटच्या प्रकरणामध्ये अधिक लिहिता आले असते. किंबहुना सिंहावलोकन व पुढची वाटचाल न म्हणता आजची आव्हाने अशा शीर्षकाखाली जागतिकीकरणामुळे व पर्यावरणीय बदलामुळे उभे राहणारे नवे प्रश्न व स्त्रियांवर होणारा विशिष्ट परिणाम असा त्याचा वाव ठेवला असता तरी पुनरावृत्ती टाळली गेली असती. आणि काही ठोस प्रश्नांकडे वाचकांचे लक्ष केंद्रित करता आले असते असे वाटते.

अर्थात स्त्री प्रश्नांचा आवाकाच प्रचंड आहे. त्यामुळे कितीही प्रयत्न केला तरीही काहीतरी निसटले असल्याची खंत जाणवत राहते. एकूणच या विषयाला हात घालून ही गरज पूर्ण करण्याची कल्पना सुचून ती पार पाडण्यापर्यंत प्रवास केल्याबद्दल पुष्पा रोडे व ज. शं. आपटे यांना धन्यवाद.

प्रा. छाया दातार
स्त्री अभ्यास केंद्र,
टाटा सामाजिक विज्ञान संस्था
मुंबई

लेखक परिचय

जनार्दन शंकर आपटे

माजी संचालक (प्रशिक्षण शाखा/शाखा व्यवस्थापन) फॅमिली प्लॅनिंग असोसिएशन ऑफ इंडिया, मुंबई

१. समाजसेवा प्रशासन पदविका (सामाजिक विज्ञान संस्था)
२. एम. एम. (समाजशास्त्र, पुणे विद्यापीठ)
१. समाज कार्यकर्ता/अध्यापक – १९६० ते १९७० (कुटुंब नियोजन अभियंता संशोधन केंद्र, मुंबई भारत सरकार)
२. कार्यक्रम अधिकारी, संचालक फॅमिली प्लॅनिंग असोसिएशन ऑफ इंडिया, मुंबई १९७० ते १९९० (प्रशिक्षण/शाखा व्यवस्थापन)

पुस्तके

१. 'संस्थानी स्वराज्य' कर्ते 'भारत सेवक' वामनराव पटवर्धन
(हिंद सेवक संघ, पुणे) १९९८
दोन पुरस्कार – 'महाराष्ट्र साहित्य परिषद, पुणे – १९९९
'छत्रपती शाहू महाराज' ग्रंथ पुरस्कार, कोल्हापूर – २००३
२. सलाम व्हिएतनाम (अंक्षर प्रकाशन) 'अक्षर भारती' पुरस्कार २००५
३. 'लोकसंख्या प्रश्न तुमचा, आमचा, सर्वांचा (२००३)
(चौफेर प्रकाशन, सांगली)
४. विकास माणदेशी माणसांचा, सहलेखक – सुरेश सुरतवाला
(उत्कर्ष प्रकाशन – २००६)
५. रक्षण, संवर्धन पर्यावरणाचे (उत्कर्ष प्रकाशन – २००७)

कुटुंब नियोजन, लोकसंख्या प्रश्न, महिला विकास, बालकल्याण आदी विषयासंबंधी 'महाराष्ट्र टाईम्स, लोकसत्ता, नवशक्ती, लोकमत, साधना व New Qnest Pune plus (Times of India), Free Press, आदी नियतकालिकामधून लेख प्रकाशित.

आकाशवाणी (मुंबई), 'दूरदर्शन'मधील चर्चा, भाषणे इत्यादी कार्यक्रमात सहभागी.

लोकसंख्या, कुटुंब नियोजनसंबंधी राष्ट्रीय व आंतरराष्ट्रीय परिषदा, प्रशिक्षण चर्चासत्रांमध्ये सहभाग.

– – – – – – – – – – – – – – – – – – –

पुष्पा रोडे
शिक्षण – एम. ए. समाजशास्त्र, पुणे विद्यापीठ

* गेली २५ वर्षे स्त्रियांच्या प्रश्नावर कार्यरत.
* 'नारी समता मंच' या संघटनेची माजी अध्यक्ष.
* कारागृहातील बंदीजनांसाठी कार्य करणाऱ्या 'साथी' या संस्थेची संस्थापक सदस्य आणि खजिनदार
* 'सुसंवाद' या स्त्री प्रश्नावर कार्य करणाऱ्या संस्थेची संस्थापक सदस्य 'शिशुआधार' या पुणे, सोलापूर, नाशिक, उस्मानाबाद आणि लातूर या पाच जिल्ह्यांत काम करणाऱ्या संस्थेची मानद सदस्य आणि खजिनदार.
* कर्वे समाजसेवा संस्थेच्या कौटुंबिक सल्ला आणि मार्गदर्शन केंद्र कमिटीची सदस्य.
* भगिनी निवेदिता प्रतिष्ठानचा सरस्वती समाजसेवा पुरस्कार प्राप्त.
* आकाशवाणी पुणे केंद्र – अनेक कार्यक्रमात सहभाग.
* दूरदर्शनवरील 'हॅलो सखी' या कार्यक्रमात सहभाग.
* 'महिलांसाठी कायदे, एक बातचीत' हे पुस्तक प्रसिद्ध.

अनुक्रमणिका

१. पश्चिमेतील महिला विकास-संकल्पना

अठरावे, एकोणिसावे आणि विसावे ही तीन शतके मानवी इतिहासाला क्रांतिकारक कलाटणी देणारी, अनन्यसाधारण महत्त्वाची शतके म्हणून गणली जातील. ४जुलै १७७६रोजी अमेरिकन स्वातंत्र्याचा जाहीरनामा, १७८९ मध्ये समता, स्वातंत्र्य, बंधुता ह्यांचा उद्घोष करणारी फ्रेंच राज्यक्रांती ही १८व्या शतकातील घटना,१८१८मध्ये झालेला मराठा सत्तेचा अस्त व ब्रिटिश सत्तेचा उदय, १८५७मधील उठाव, १८८५ मध्ये झालेली हिंदी राष्ट्रीयसभेची स्थापना, त्यापूर्वी व त्यानंतर झालेले क्रांतिकारी, शैक्षणिक, सामाजिक, आर्थिक, राजकीय क्षेत्रात झालेले सुधारणांचे प्रयत्न ह्या १९व्या शतकातील घटना, घडामोडी आणि सोव्हिएत रशियन सत्तेचा उदयास्त,भारतासह वसाहतिक देशांची मुक्ती, चीनची स्थापना, व्हिएतनामचे प्रदीर्घ युद्ध ,वैद्यकीय, रसायन, भौतिक व इतर शास्त्रांतील तज्ज्ञांनी संशोधकांनी लावलेले शोध, अणुस्फोट, लोकसंख्या वाढीचा स्फोट, कुटुंबनियोजन साधनांचा शोध, उपयोग व स्त्री सुधारणा, सक्षमता, सबलता, मुक्तीसाठी झालेली आंदोलने, चळवळी ह्यांमुळे गाजलेले २० वे शतक ह्यांनी २१व्या शतकाला उभारणीसाठी पार्श्वभूमी निर्माण करून दिली आहे. ह्या तीन शतकांतील वर उल्लेखिलेल्या घटना, घडामोडी ह्या केवळ प्रातिनिधिक आहेत. इतर अनेक घटना-घडामोडींनी आपली नाममुद्रा त्या त्या शतकावर कायम केली आहे. तीनही शतकांतील घटना, कृती, फलित यामुळे जगातील व भारतातील स्त्रीविकासासाठी, प्रगतीसाठी आणि व्यापक अर्थाने मुक्तीसाठी सर्वसाधारणपणे साहाय्यभूत, उपकारक ठरल्या आहेत.

अमेरिकेत, युरोपात स्त्री जागृती, प्रगती, मुक्तीचे प्रयत्न विशेष करून विसाव्या शतकात झाले आणि आजही सुरू आहेत. अमेरिकेतील बेट्टी फ्रिडन ह्यांच्या कामगिरीचे महत्त्व विशेष आहे. त्यांचा जन्म १९२१ मध्ये झाला.१९४२ मध्ये वयाच्या २१व्या वर्षी बेट्टी फ्रिडन स्मिथ महाविद्यालयातून सन्मान मिळवून उत्तीर्ण झाली. १९४७मध्ये वयाच्या २३व्या वर्षी कार्ल फ्रिडनशी विवाहबद्ध झाली आणि पुढे दहा वर्षे सुगृहिणी, तीन मुलांची आई आणि फावल्या वेळात काम करणारी लेखिका/ मुक्त बातमीदार म्हणून संचार करत राहिली. १९५७मध्ये १५वर्षांनी कॉलेज पुनर्मिलन संमेलन झाले.

त्या संमेलनाच्या कार्यक्रमाचा एक भाग म्हणून बेट्टी फ्रिडनने आपल्या मित्रमैत्रिणींना एक प्रश्नावली पाठविली. विषय होता–महाविद्यालयीन जीवन ते आत्ताचे जीवन. ह्या कालावधीत त्यांचे जीवन याचे फलित परिपाक म्हणजे ' फेमिनाईन मिस्टिक.' ऑगस्ट १९४५ मध्ये दुसरे महायुद्ध समाप्त झाले. अमेरिकेतील महानगरांच्या उपनगरात स्त्रीची गृहिणी व माता या दोन्ही भूमिका सांभाळताना घुसमट, घालमेल, भावनिक कोंडी होत होती. ही भावनिक घुसमट, घालमेल बेट्टी फ्रिडन ह्यांनी समर्थपणे, प्रभावीपणे आपल्या पुस्तकात मांडली. त्यामुळे १९६३ सालचे हे पुस्तक ह्या दशकाच्या क्रांतिकारी, आगळ्यावेगळ्या स्त्री विचारांचे प्रतिनिधित्व करणारे होते. या वादळी, झपाटून टाकणाऱ्या, मंतरलेल्या दशकात फ्रिडनने स्त्री मुक्तीसाठी स्वत:ला झोकून दिले. १९६६ मध्ये 'नॅशनल ऑर्गनायझेशन ऑफ विमेन' या स्त्री संघटनेची स्थापना करून ती पहिली अध्यक्ष झाली. संस्थेची अध्यक्ष ह्या नात्याने तिने अमेरिकन विचारसरणीत स्त्रीला मानाचे विशेष स्थान मिळवून दिले. स्त्रियांच्या प्रश्नांची सोडवणूक, उकल कायदेशीर मार्गाने व्हावी ही त्यांची वृत्ती, विचारसरणी होती. लिबरल फेमिनिझम म्हणून ती ओळखली जाते. फ्रिडनबाईचा कायदेशीर मार्गाचा आग्रह होता. ह्यामुळेच गर्भपात कायदेशीर करण्याची विचारसरणी सर्वसंमत कायदा म्हणून मान्यता पावली गेली. त्या काळात बेट्टी फ्रिडनचा प्रभाव, दबदबा प्रेरणादायी, स्फूर्तिप्रद होता. २६ऑगस्ट १९७० रोजी स्त्रियांना मतदानाचा हक्क देणारा वर्धापनदिन होता. ह्या दिनानिमित्ताने बेट्टी फ्रिडनने आयोजित केलेल्या सभेसाठी अवघ्या न्यूयॉर्क शहरातच ५०हजाराहून अधिक स्त्रिया उपस्थित होत्या. घराबाहेर पडून काम केल्याशिवाय स्त्रीच्या कष्टाचे, श्रमाचे पुरेसे, योग्य ते मूल्यमापन होत नाही, असा अतिशय महत्त्वाचा विचार फ्रिडनने १९८१ मध्ये आपल्या दुसऱ्या पुस्तकात 'द सेकंड स्टेज' मध्ये मांडला आहे .

या पुस्तकाने अमेरिकेत प्रचंड खळबळ उडाली. महिला जीवन कर्तव्याचे जे एक मोहक भ्रामक वलय तयार केलेले आहे, ते झुगारून दिल्याशिवाय, पार फेकून दिल्याशिवाय स्त्रीला आपल्या सर्व मानवी क्षमतेचा विकास करता येणे शक्य नाही, हा बेट्टी फ्रिडनचा मुख्य सिद्धान्त होता. स्त्रियांचे अमानवीकरण व स्त्री व्यक्तिमत्त्वाचे हे सिद्धान्त त्यावेळी बऱ्याच प्रमाणात लोकप्रिय झाले. पुष्कळ स्त्रिया पन्नाशीनंतर घराची जबाबदारी सोडून नोकऱ्या करू लागल्या आणि विद्यापीठात शिक्षण घेऊ लागल्या. परिषदेस उपस्थित असलेल्या स्त्रिया बेट्टी फ्रिडनच्या स्त्री मुक्तीचा हा नवा आवाका पाहून चकित झाल्या.

अठराव्या, एकोणिसाव्या शतकांत स्त्रीवादी पुरुषांनी स्त्रियांच्या दु:खांना वाचा फोडली. त्यांनी स्त्रियांच्या व्यथा, वेदनांबद्दल विस्ताराने लिहिले. या प्रमुख स्त्रीवादी आहेत, जॉन स्टुअर्ट मिल, स्त्री दास्याविषयी हेन्री इब्सेन यांचे डॉल्स हाऊस (नाटक),

फ्रेडरिक एंगल्स यांचे कुटुंबाचे मूळ, खासगी संपत्ती आणि राज्यशासन,ऑगस्ट बेबेळ. ह्या चारही स्त्रीवादी पुरुषांच्या वैचारिक साहित्यामुळे स्त्री प्रश्नाच्या समजुतीत, जाणिवेत भर पडली आहे हे निश्चित .

स्त्रीत्वाच्या पूर्ततेसाठी घराबाहेर पडून नोकरीतील समाधानाइतकीच स्त्रीला विवाहसंस्थेमुळे ओळखीची आवश्यकता आहे, असे मत फ्रिडनने आग्रहपूर्वक मांडले. बेट्टी फ्रिडन म्हणजे द फेमिनाईन मिस्टिक हे समीकरण इतके पक्के दृढ झाले आहे की वसाहतवादोत्तर काळातल्या स्त्रीवादाच्या आजच्या काळात फ्रिडन आहे स्त्रीपणाच्या व्याख्येचा एक महत्त्वाचा टप्पा. तिचे टीकात्मक चर्चा, प्रतिपादन, विवेचन, तिचे सामाजिक, राजकीय कार्य यांच्या आधारामुळेच आजचा स्त्रीवाद आकारला आहे ही जाणीव, ही कृतज्ञ भावना ही फ्रिडनला खरी श्रद्धांजली आहे. बेट्टी फ्रिडन ४ फेब्रुवारी २००६ रोजी वयाच्या ८५व्या वर्षी काळाच्या पडद्याआड गेल्या.

जगातील बहुतेक सर्वच देशांत अनेक वर्षांपासून स्त्रीचा दर्जा, स्थान फारसे उंचावलेले नाही म्हणून घरात, घराबाहेर, समाजात, कामाच्या ठिकाणी तिचा दर्जा, तिचे स्थान उच्च पातळीवर नेण्यासाठी त्या त्या देशांमध्ये, समाजात अनेक प्रकारचे प्रयत्न, आंदोलने, चळवळी, सनदशीर मार्गानुसार झाले. स्त्री प्रश्नांच्या दृष्टीने अशा अनेक ठिकाणी जे प्रयत्न व चळवळी चालू झाल्या आणि चालू आहेत, त्यांना आंतरराष्ट्रीय पातळीवर नेमकी ओळख आणि नाव आहे. सर्व विचारप्रवाहातील स्त्री प्रश्नांचे स्वरूप सर्वसामान्यपणे एकच दिसते. पण त्या मागची मूलभूत कारणे आणि म्हणूनच निराकरणाचे मार्ग वेगवेगळे आहेत. सामान्यतः उदारमतवादी (लिबरल), समाजवादी (सोशॅलिस्ट) आणि जहाल (रॅडीकल) असे स्त्री मुक्ती चळवळीबाबतचे तीन मुख्य विचारप्रवाह मानले जातात. अलीकडेच स्त्री आणि पुरुष या दोन वृत्ती आहेत आणि पुरुषी व बायकी या वृत्तींमधील हितकर विशेषांचा समन्वयावर भर देणारा आणखी एक विचारप्रवाह अॅंड्रोजोनिक पुढे येत आहे.

भारतातील व इतर देशांतील स्त्रियांचे जीवन जन्मापासूनच दुबळे, कमकुवत, परावलंबी, दुसऱ्याच्या हुकमतीने चालणारे आहे. रांधा, वाढा, उष्टी काढा असे सारखे घरातील श्रमांचे तेच तेच काम करावे लागते. शेती, कारागिरी, इतर कामात स्त्रीला सर्वसाधारणपणे दुय्यम, तिय्यम भूमिका पार पाडावी लागते.

दुसऱ्या महायुद्धापूर्वी व नंतरही जगातील अनेक देशामधील स्त्रिया कामासाठी, घराबाहेर पडू लागल्या आणि स्त्री जीवनात दिवसभर कष्टाचे पर्व सुरू झाले. घराबाहेर श्रम केल्यानंतर परत घरी आलेल्या स्त्रियांना घरकाम, मुलांचे संगोपन व इतर आनुषंगिक कामे करावी लागतातच. घरकाम काही सुटले नाही.

आधुनिक उपकरणे गॅस, फ्रिज, कुकर आदींमुळे गृहिणीचे जीवन कमी कष्टाचे, कमी त्रासाचे, कमी काळजीचे झाले आहे. पुरुषप्रधान समाजव्यवस्थेत व पितृप्रधान कुटुंबसंस्थेत स्त्रीचा दर्जा, भूमिका नेहमीच दुय्यम, परावलंबी झालेली आहे. ह्या दुय्यम, परावलंबी भूमिकेतच विषमता, अन्याय, शोषण सामावलेले आहे. म्हणूनच स्त्री-पुरुष समता हा चळवळीचा पाया आहे. याचा अर्थ असा की स्त्री- पुरुषांच्या कामांची व भूमिकांची केवळ उलट पालट हे या चळवळीचे उद्दिष्ट नाही. तसेच पुरुषांची सत्ता स्त्रियांनी काबीज करावी हा सुद्धा या चळवळीचा हेतू नाही. माणसाला जन्मत:च लाभणारे स्त्रीत्व किंवा पुरुषत्व आणि मूल मोठे होत असताना संस्कारातून घडत जाणारे त्याचे बायकीपण किंवा पुरुषीपण (लिंगभाव) यातील फरक ही चळवळ समजून घेते. तसेच स्त्री देहातच स्त्री जीवनाची नियती निश्चिती होते (ॲनॉटॉमी इज डेस्टिनी) हे आजवरचे गृहीत खरे नाही, हे सुद्धा ही चळवळ मानते. डॉ. मार्गरिट मीड या जगप्रसिद्ध मानसशास्त्रज्ञ स्त्रीचे संशोधन याला आधारभूत आहे. लहान मुलीची बाई आणि लहान मुलाचा पुरुष बनतो, तो जन्मागुणामुळे नव्हे तर मोठे होत असताना होणारे संस्कार त्याला कारणीभूत आहेत. म्हणूनच बाई ती बाई आणि पुरुष तो पुरुष अशी भेदभाव दृढ करणारी विधाने रूढ असली तरी ती शास्त्रीय नव्हेत, हे या चळवळीने स्वीकारले आहे.

पुरुषप्रधान व्यवस्थेत व पितृसत्ताक कुटुंब संस्थेत स्त्रीला एकाच वेळी अनेक भूमिका पार पाडण्यासाठी जिवापाड कष्ट करावे लागतात. क्लेश, त्रास भोगताना अनेक अडथळे, अडचणी, अडसर यांना जिकिरीने तोंड द्यावे लागते. हे करताना तिला जी कसरत करावी लागते तेव्हा तिला मानसिक, आर्थिक, सांस्कृतिक, सामाजिक ओझे वाहावे लागते. असे करताना तिचा तोल जाण्याची खूप शक्यता असते. तो तोल जाऊ नये म्हणून तिला कुटुंब, इतर जवळचे नातेवाईक, सामाजिक संस्था, शासनसंस्था ह्यांनी आधार द्यावा लागतो. त्यांचा पाठिंबा हवा असतो. चळवळ स्त्री पुरुष मुक्तीसाठी असली तर प्राधान्य प्राथमिकता आहे ते स्त्रीला वर उल्लेखिलेल्या ओझ्यापासून मुक्त करण्यासाठी. पण पुरुषांच्या ओझ्याचेही तिला भान आहे. बाईने बायकी व पुरुषाने पुरुषी असावे या सक्तीपायी या दोघांमधील मूल्यवान असे जातिवंत माणूसपणच हरवून जात आहे. ज्यात स्त्रीपुरुषात शारीरिक भेद असले तरी या भेदावर आधारित वेगळेपण आणि जगण्यामध्ये सक्ती नसावी. अधिक स्पष्ट करायचे झाल्यास काही वृत्ती किंवा विशेष स्त्रियांना शोभा देतात म्हणून गौरवाचे किंवा काही वृत्तीविशेष पुरुषास साजेसे आहेत म्हणून गौरवतात. यातील दुटप्पीपणा ओळखून माणूसपणाला जे हितकर आणि साजेसे ते स्त्री-पुरुष दोघांनीही योग्य मानायचे असा निकोप दृष्टिकोन स्वीकारायचा. या वृत्तीच्या समतोलामधून जातीची समृद्धी साधायची.

ह्याच संदर्भात बेट्टी फ्रिडन यांचे विचार, भूमिका उद्धृत करणे योग्य ठरेल. कुटुंबाची गरज ही नैसर्गिक आहे, असे सांगून स्त्रीवाद्यांच्या अतिजहाल भूमिकेवर टीका करताना त्या म्हणतात, ''आपले वैयक्तिक जीवन राजकीय देखाव्याचा भाग म्हणून जगण्याचा जहाल स्त्रीवाद्यांचा आग्रह पुरुष हा शत्रू, मातृत्व व कुटुंब म्हणजे जुलूम, लैंगिक शरणागती, स्वतःशी प्रतारणा म्हणजे मानवाच्या ममत्व, शारीरिक संबंध, प्रजोत्पादन ह्या मूलभूत गरजाच नाकारणे आहे. अशा तऱ्हेने वागणे म्हणजे आवश्यक त्या राजकीय परिवर्तनासाठी जरूर असलेली शक्ती व ऊर्मी खच्ची करणे आहे.'' बेट्टी फ्रिडन त्यांनी कुटुंबाच्या आवश्यकतेविषयी आग्रहपूर्वक म्हटले आहे.

कुटुंब हे वैयक्तिक जीवनास समृद्ध करणारे पोषक द्रव्य आहे. आपला जन्म व संगोपन कुटुंबात झाले. आपली मुले व त्यांची मुले पुढे निराळ्या कुटुंबात वाढतील. जहाल स्त्रीवादी प्रचाराला बळी पडून विभक्तपणाचा प्रचार करणाऱ्या व लग्न आणि मातृत्व ह्यांच्या विरोधात एकट्या राहणाऱ्या स्त्रियासुद्धा स्वतःचे एकाकीपणाचे दुःख, कौटुंबिक जीवनाची आंतरिक ओढ ही झाकण्यासाठी कुटुंब विरोधाचा उसना आव आणत आहेत. त्याच्या उलट जे पुराणमतवादी लोक कुटुंबाचे हेच स्वरूप (म्हणजे स्त्रीच्या ताबेदारीवर) कायम राहणार, त्यातील बदलाची झळ आपल्याला लागणार नाही असा आग्रही दावा करतात. ते पण भ्रमातच आहेत.

अमेरिकेत घटस्फोटांचे प्रमाण फार मोठ्या प्रमाणावर वाढत आहे. कुटुंबसंस्थेचे महत्त्व, आवश्यकता झपाट्याने कमी होत आहे. असे म्हटले जाते की ह्या संदर्भात सार ए लेव्हियन व रिचर्ड एस बेलोस 'व्हॉट इज हॅपनिंग टु दि अमेरिकन फॅमिली 'मध्ये म्हणतात, ''तरुण पिढीच्या मनाचा कौल असा दिसून येतो की विवाह व कुटुंब यांचे फार महत्त्व असून ह्या दोन संस्थांमुळेच सुखकर व अर्थपूर्ण असे जीवन शक्य होते.'' एका अमेरिकन संशोधकाचे म्हणजे असे आहे की, सामान्य अमेरिकन नागरिकांच्या मनात कुटुंब, कौटुंबिक जीवन ह्याला अग्रस्थान नाही, असा जर कुणाचा समज असेल तर तो साफ चुकीचा आहे. घटस्फोटांचे प्रमाण वाढत असले तरी बहुसंख्य अमेरिकन स्त्री-पुरुष विवाहबद्ध होतात व ८०टक्के विवाह मोडत नाहीत हे ह्याच म्हणण्यास पुष्टी देतात. घटस्फोटांचे प्रमाण वाढले तरी बहुसंख्य विवाह शाबूत राहणार हे निर्विवाद आहे. स्त्री-पुरुष संबंधात भ्रष्टाचार, स्वैराचार, सक्तीचे व्यवहार ह्यांचे समर्थन, पुरस्कार कोणीच करणार नाही. करत नाही. लेनिन, एंजल्स ह्यांनी या बाबतीत नेहमीच विरोध केला आहे. स्त्री-पुरुष संबंधात सक्ती असेल, आर्थिक सुरक्षितता, स्वातंत्र्य नसेल तर ते संबंध अर्थशून्य आहेत. लग्न, विवाहसंबंध, कुटुंबसंस्था पैशावर, आर्थिक सौदेबाजीवर टिकत नाहीत, ती टिकतात परस्पर प्रेम, जिव्हाळा यावर. आस्था, आपुलकी, सद्भाव सौजन्य ह्यांचे महत्त्व कायम, चिरंतन राहणार आहे. ह्यासाठी कायद्याची जोड हवीच.

कायदा हा पूरक, प्रतिबंधक ठरणार आहे. ह्याचे भान, जाणीव पश्चिमेतील देशांना आहेच. पाश्चिमात्य जगात जो विकास झाला आहे, होत आहे त्याचे रहस्य आहे कौटुंबिक, सामाजिक स्वास्थ्यात.

"या आधुनिक स्त्रिया या पुरुषांविरुद्ध नव्हे तर ज्या विशिष्ट सामाजिक प्रथेमुळे व आर्थिक विषमतेमुळे त्यांना पुरुषांच्या वरचष्म्याखाली राहावे लागत आहे, त्याविरुद्ध बंड करीत आहेत. ही स्त्री–पुरुषांमधील लढाई नव्हे. ती एक मूर्खपणाची कल्पना आहे. स्त्री-पुरुषांमध्ये विरोध असणे शक्य नाही. लैंगिक भावना ही दोघांमधील आकर्षणाची शक्ती आहे .सर्वसाधारणपणे पुरुषांचे जितके स्त्रीशिवाय चालणार नाही, तितकीच स्त्रीला पुरुषाची गरज असते. विषमता आहे ती स्त्री आणि पुरुष यांच्या व्यक्ती म्हणून असलेल्या सामाजिक संबंधांत. आधुनिक स्त्रीचे बंड हे या पुरुषाविरुद्ध स्त्रीचे बंड नव्हे तर सामाजिक व्यक्तींच्या एका वर्गाचे दुसऱ्या वर्गाशी ,दडपल्या गेलेल्यांचे दडपून टाकणाऱ्यांशी म्हणजेच दडपून टाकणाऱ्या परिस्थितीशी आहे. "

मानवेंद्रनाथ रॉय.

२. महाराष्ट्रातील स्त्रियांची स्थिती

इतिहासाच्या अतिशय प्रभावीपणे कृती करणाऱ्या स्त्रिया पुष्कळ आहेत. परंतु एवढे असूनही इतिहास घडविण्यामधला त्यांचा सहभाग मात्र नेहमीच नाकारला जातो.

इतिहासपूर्व संस्कृतीमध्ये स्त्रियांचे उत्पादनातील आणि पुनरुत्पादनातील योगदान अत्यंत मोलाचे मानले गेले होते. कृषिप्रधान समाजात स्त्रीची सुफलता पवित्र मानली गेली होती. अपत्य जन्माला घालण्यामागे पुरुषांचे महत्त्व लक्षात आल्यानंतर स्त्रियांना अंकित ठेवणे आणि संरक्षण देणे अशा दुहेरी पद्धतीने समाज उभारणीची सुरुवात झाली असावी.ह्या काळातच स्त्रियांच्या मातृत्वाच्या क्षमतेबद्दल वाटणारे गूढ अथवा दरारा कमी झाला असावा. स्त्रियांना स्वत:चा जोडीदार स्वयंवराद्वारा निवडीचं स्वातंत्र्य असलेल्या काळातही एका परिटाच्या सांगण्यावरून सीतेचा त्याग करणारा राम, द्रौपदीला पणाला लावणारा धर्मराज, भरसभेत द्रौपदीला विवस्त्र करणारा दुर्योधन, कर्ज फेडीसाठी तारामतीला विकणारा हरिश्चंद्र,अशा अनेक उदाहरणांवरून स्त्रीचे दुय्यम स्थान समाजमनावर ठसविण्याचे प्रयत्न झाल्याचे दिसते. शिवकालापूर्वी राजकीय व सामाजिक दर्जा लक्षात घेण्यासारख्या नव्हता. 'न स्त्री स्वातंत्र्यमर्हती' ही शिकवण जनमानसात रुजलेली होती. या आदेशाने प्राचीन कालापासून स्त्रीचे ऐहिक जीवन बांधले गेले होते. परंतु त्या काळातही महानुभाव पंथाचा स्त्रियांविषयीचा दृष्टिकोन सहानुभूतीचा होता. रूढ हिंदुधर्माने नाकारलेला मोक्षप्राप्तीचा मार्ग त्यांनी स्त्रियांना खुला करून दिला होता. भक्तिपंथातही स्त्रियांना मानाची वागणूक होती. भागवत धर्मीयांनीही स्त्रियांचा भक्तीचा मार्ग आणि अधिकार मानला होता. जनाबाई, मुक्ताबाई, वेणाबाई, बहिणाबाई, यांच्या भक्तिप्रेमातून उत्कृष्ट मराठी वाङ्मयाची निर्मिती झाली होती. बहिणाबाईनी सामाजिक दंभावर कोरडे ओढणारे श्लोक, ओव्या रचल्या आहेत. शिवकालात व पेशवाईत कुटुंबात स्त्रीला मानाचे स्थान होते. राजघराण्यातील आणि सरदार घराण्यातील स्त्रियांना लेखन, वाचन, शिक्षणाच्या संधी होत्या. अध्यात्म व राजकारण या क्षेत्रात ज्या स्त्रियांना संधी मिळाली त्यांनी कर्तृत्व गाजविले आणि पुरुषांनीही ते सहज मान्य केले. भारतासारख्या हजारो वर्षांचा इतिहास असलेल्या देशात स्त्रियांचे समाजघडणीतील महत्त्वाचे स्थान काही काळ तरी वादातीत होते.

तरीही सामान्यत: स्त्रियांचा सामाजिक दर्जा कमी होता. अंगी कर्तृत्व असले तरीही ते पतीच्या छायेतच व्यक्त व्हावे यातच धन्यता मानली जाई. पुढे इंग्रजी अमलात जवळजवळ १९ व्या शतकाच्या उत्तरार्धापर्यंत स्त्रीचा सामाजिक दर्जा पेशवेकालीन स्त्रीच्या दर्जाप्रमाणेच होता असे दिसते.

रूढी, परंपरा, धर्माच्या नावाखाली चालणारा स्त्रियांच्या बाबतीतला कर्मठपणा, सती प्रथा,बालविवाह, जरठ-कुमारी विवाह, विधवा स्त्रियांची दयनीय स्थिती, कुटुंबांतर्गत होणारी घुसमट, शारीरिक छळ, बलात्कार या सर्व गोष्टींनी स्त्रिया गांजलेल्या होत्या. हे सर्व अन्याय आणि अत्याचार स्त्रिया जन्माचे भोग म्हणून मूकपणे सहन करत होत्या. शिक्षण नाही, इस्टेटीत हक्क नाही, स्वत:चे उत्पन्नाचे काहीही साधन नाही अशी दयनीय आणि लाचार अवस्था होती. स्त्रिया अगतिक होत्या. इ. स. १८१८ ला पेशवाईची अखेर होऊन इंग्रजी अंमल सुरू झाला. ब्रिटिश मूलत: व्यापारी म्हणून येथे आले आणि प्लासीच्या लढाईनंतर भारतात सत्ताधारी शक्ती म्हणून स्थिरावले. जनतेसाठी गोऱ्या साहेबांनी काही केले तर नाहीच परंतु तालुकादारी अधिनियम पक्के झाल्यानंतर जेव्हा भयभीत झालेल्या लोकांनी मोठ्या प्रमाणात स्त्रियांचा व्यापार आरंभला तेव्हा मात्र गोऱ्या राज्यकर्त्यांनी उदारमतवादी, सुधारणावादी आव आणून भारतीय समाजातील स्त्रियांची स्थिती सुधारण्याचा चंग बांधला. इंग्रजी राजवटीच्या आक्रमणाने भारतीय अर्थव्यवस्थेचा पाया ढासळल्यावर गरीब परिस्थितीबद्दल स्त्रियांचे अधिकच अवमूल्यन झाले. पण मिशिनरी आणि पाश्चात्त्य धर्तीचे शिक्षण घेतलेल्या मध्यमवर्गीय बुद्धिवंतांना स्त्रियांच्या परिस्थितीबद्दल आस्था वाटत होती. अनिष्ट चालीरीतींविरुद्ध त्यांनी आवाज उठवला. स्त्रियांच्या प्रश्नांना, त्यांच्यावर होत असलेल्या अमानुष अत्याचारांना प्रथम वाचा फोडली ती १९ व्या शतकाच्या प्रारंभी सती प्रथेविरुद्ध शस्त्र उपसून राजा राममोहन रॉय यांनी सतीची चाल बंद केली. धर्माच्या नावाखाली ह्या दुष्ट चालीची बाजू घेणाऱ्या धर्ममार्तंड सनातन्यांची धर्मशास्त्रांचाच आधार घेऊन त्यांनी कानउघाडणी केली. समाजात जागृती होऊन त्यांना वाढता पाठिंबा मिळाला. तरीही ३० वर्षे चिवटपणे लढा दिल्यानंतर १८२९ साली ब्रिटिश सत्तेने सतीबंदीचा कायदा केला.

सती, बालविवाह, पडदापद्धती हे सर्व प्रश्न प्रामुख्याने उच्च जातीतील आणि मध्यमवर्गीय स्त्रियांना भेडसावणारे प्रश्न होते. त्याकडेच प्रामुख्याने लक्ष दिले गेले त्यामुळे सामाजिक सुधारणेचे स्वरूप मध्यमवर्गीय सुधारणेच्या रूपात राहिले. भारतीय संस्कृतीचा आत्मा अथवा गाभा भारतीय परंपरेतूनच निर्माण झाला पाहिजे व तसाच विकसित झाला पाहिजे असाच आग्रह होता. बाहेरचे जग हे भौतिक होते तर घर हे चैतन्य आणि परंपरेचे संरक्षित क्षेत्र होते. घरातील स्त्रिया परंपरेची मशाल घेऊन जगल्या पाहिजेत असा अलिखित नियम होता. त्यामुळे स्त्रियांसाठी शिक्षण हे सुद्धा चांगली

पत्नी, चांगली आई आणि परंपरेचे एकत्रितपणे जतन करणारी स्त्री निर्माण करण्यासाठीचे होते.

भारतातील विविध परंपरा आणि परस्पर विरोधी दिसणाऱ्या चालीरीतींच्या तळाशी भौतिक आणि सांस्कृतिक वैशिष्ट्य आहेत का आणि त्याचे नेमके अर्थ काय होते, याचा विचार झाला नाही. म्हणून एखादी संस्कृती स्त्रियांना देवता मानते की दासी यावर त्या संस्कृतीचे मोठेपण ठरत नाही तर भौतिक पातळीवर स्त्रियांच्या अस्तित्वाचे वास्तव्य काय हा महत्त्वाचा प्रश्न आहे.

१८४० ते १९०० हा काळ सामाजिक सुधारणांच्या दृष्टीने धामधुमीचा होता. हा कालखंड प्रामुख्याने सामाजिक प्रबोधनाचा मानला जातो. या काळात स्त्रियांच्या संदर्भात अनेक प्रश्न पुढे आले. त्या संदर्भातील समाजभूमिका आणि मनोभूमिका तयार करण्याचे मोठेच कार्य त्यावेळी अनेक सुधारकांनी केले. महाराष्ट्रात लोकहितवादी (गो.ह. देशमुख), जोतीराव फुले, सावित्रीबाई फुले, विष्णूशास्त्री पंडित, भांडारकर, न्या. रानडे, आगरकर अशा अनेक थोर समाजसुधारकांनी स्त्रियांसाठी स्वातंत्र्याच्या वाटा खुल्या केल्या. आगरकरांनी व्यक्तिवादी, उदारमतवादी विचार स्त्रियांसाठी मोकळा केला.

ताराबाई शिंदे यांनी 'स्त्री-पुरुष तुलना' या नावाची पुस्तिका लिहून स्त्रिया या सर्व दृष्टीने पुरुषांच्या बरोबरीच्या असतात हे उदाहरणांनी सिद्ध करून देऊन त्यांना कमी लेखण्याचा समाजाला अधिकार काय? असा सवाल केला. स्त्रियांचा अध:पात पुरुषच घडवून आणतात. स्त्रिया आणि पुरुष तुलनेत पुरुषच अनाचारी असतात असे विचार व्यक्त केले. सुधारणावादी विचार बोलून दाखविण्यास पुरुषही घाबरत असत अशा त्या काळातील ताराबाईंचे सडेतोड लेखन हे मोठे धाडसच होते. मध्यमवर्गीय पुरुषांनी उच्च जातीवर्गातील स्त्रियांच्या वतीने सुधारणावादी विचार पुढे आणला. म. गांधी आणि आंबेडकर ह्यांच्या जनवादी चळवळीत स्त्रियांना भाग घेता आला. ह्या सर्व काळात स्त्रीवादी विचारांच्या दृष्टीने अनेक विषयांना तोंड फुटले. मुख्य म्हणजे स्त्रीचे स्वातंत्र्य विरुद्ध स्त्रीवरील नियंत्रण अशा दोन बाजू त्या काळातच स्पष्ट झाल्या.

ब्रिटिशपूर्व काळात स्त्री-पुरुष यांच्यामध्ये सर्वच बाबतीत जे अंतर होते, जी दरी होती ती भरून काढण्याचा प्रयत्न ब्रिटिश राजवटीत झाला. ब्रिटिश राजवटीत स्त्रियांना आपल्या दास्याची जाणीव होऊ लागली.होती. या राजवटीत स्त्रियांना काही माणुसकीचे व काही नागरिकत्वाचे अधिकार मिळाले.

स्त्रीच्या व्यक्तिगत जीवनाला, कर्तृत्वाला थोडीफार प्रतिष्ठा मिळाली. अनेकविध घटनांचा परिपाक म्हणून मुलींना प्रथम प्राथमिक शाळेची मग माध्यमिक शाळेची व नंतर महाविद्यालयाची दारे उघडी झाली.

पं. ईश्वरचंद्र विद्यासागर, म. जोतिबा फुले, म.कर्वे, आगरकर, ह.ना. आपटे इ. अनेक नेत्यांनी सतत सभा, लिखाण इ. मार्गांनी समाजाला जागे करण्याचे कार्य केले. स्त्रीशिक्षणाची सुरुवात हे त्याचे प्रथम फळ होते.

अस्पृश्योद्धार हे आपल्या जीवनाचे ध्येय मानलेल्या विठ्ठल रामजी शिंदे यांनीही स्त्री-पुरुष समतेची मूल्ये जोपासत स्त्री शिक्षणाचा पुरस्कार केला. मुरळी प्रथेविरुद्ध लढा उभारला.

छ. शाहू महाराजांनी आपल्या कोल्हापूर संस्थानात स्त्रीशिक्षणासाठी प्रयत्न करून स्त्रियांवर होणाऱ्या अन्यायाच्या विरोधात कायदे केले.

स्त्री शिक्षणाबरोबरच जरठ-कुमारी विवाह, बालविवाह, विधवा विवाह इ.संबंधी जागृतीचा प्रयत्न झाला. न्या.रानडे, गोपाळ कृष्ण गोखले, लोकहितवादी, म.फुले, आगरकर यांसारख्या अनेकांच्या प्रयत्नांनी स्त्रियांच्या उत्कर्षाच्या वाटा खुल्या झाल्या.

स्त्रीशिक्षण, विधवा विवाह, केशवपन निषेध, बालविवाहास विरोध इ. पुरस्कार करीत या सुधारकांनी पथदर्शक कार्य केले. या कार्यास प्राय: पुरुष समाजसुधारक अग्रणी असले तरी पं. रमाबाई, रमाबाई रानडे यांच्यासारख्या काही उच्चशिक्षित स्त्रियांचे भरीव योगदानही मिळाले आहे.

पुरुषांची प्रेरणा आणि खडतर मार्गावरून चालण्याची काही स्त्रियांनी दाखवलेली जिद्द यामुळे महाराष्ट्रात सुधारणेचे वारे वाहू लागले.

स्त्रियांना त्यांच्यावरील अन्यायाची जाणीव करून देणारे पहिले नेते पुरुषच होते. समाजाचा अर्धा भाग असलेली स्त्री जर मागे राहिली तर समाजाची उन्नती होणे शक्य नाही हे काही द्रष्ट्या पुरुषांनी ताडले आणि स्त्रियांच्या बाजूने न्यायासाठी खंबीरपणे ते उभे राहिले.

महाराष्ट्रातील ज्या स्त्रियांना शिक्षण घेण्यात, सामाजिक कार्यात किंवा राजकारणात सहभाग घेण्याची संधी मिळाली त्यांनी अतिशय तळमळीने मिळालेल्या संधीचा उपयोग स्वत:साठी आणि स्त्रियांच्या जागृतीच्या कार्यासाठी करून घेतला. समाज सुधारक स्त्री-पुरुषांनी स्त्रियांच्या मध्ये सामाजिक जागृती केली. पं. रमाबाई, रमाबाई रानडे, यशोदाबाई भट, येसूताई सावरकर, पारूबाई दास्ताने, पार्वतीबाई ठकार इत्यादी स्त्रियांनी आपल्या पतीच्या साहाय्याने राजकीय जागृतीचे कार्य सुरू केले. सावित्रीबाई फुले, पं. रमाबाई, रमाबाई रानडे असे काही अपवाद वगळले तर मराठी स्त्रियांच्या कल्याणासाठी, त्याच्यावर होणाऱ्या अन्यायाला वाचा फोडण्यासाठी पुरुषांनीच पुढाकार घेतला होता.

सुधारकी विचारांच्या पुरुषांनी आपल्या घरातील स्त्रियांना साक्षर केले. मुलींना शाळेत घातले. अगदी अल्प प्रमाणात का होईना पण मुली कॉलेज शिक्षण घेऊ

लागल्या. काही स्त्रियांनी लेखनातून आपले विचार व्यक्त करायला सुरुवात केली.आापले विचार परखडपणे मांडायला प्रारंभ केला.

१९ व्या शतकातील स्त्रियांची चळवळ स्त्रियांना काही हक्क मिळाले पाहिजेत या विचाराभोवती उभारली गेली. समाजसुधारकांनी समाज आधुनिक करण्याचा जो प्रयत्न केला त्यातून स्त्रीविषयक सुधारणा आल्या.

या काळात स्त्रीसुधारणांविषयी पुरुष बोलत होते. परंतु अल्प प्रमाणात का होईना स्त्रियाही बोलू लागल्या होत्या, स्वत:ची मते ठामपणे प्रतिपादू लागल्या होत्या.

१८८९ पासून स्त्रियांमध्ये स्फूर्ती आणि उत्साह निर्माण होऊ लागला. स्त्री शिक्षणापासून सुरू झालेली चळवळ जोर धरू लागली.

स्त्रियांच्या पहिल्या तेजस्वी नेत्या पंडिता रमाबाई स्त्रियांसाठी त्यांनी अतिशय तळमळीने, खंबीरपणे कार्य केले. ठिकठिकाणी सभा घेऊन त्या प्रचारकार्य करीत असत. शारदासदन या संस्थेची स्थापना त्यांनीच केली. स्त्रियांच्या प्रत्यक्ष सहभागामुळे शारदासदन प्रमाणेच आर्य महिला समाज, सेवासदन,लेडिज होम क्लब, हिंद सेविका संघ, अशा विविध संस्था स्थापन झाल्या.याद्वारे स्त्री शिक्षणाच्या व स्त्री उन्नतीच्या कार्याला संस्थात्मक रूप आले.

१९२० पासून स्त्रिया स्वातंत्र्याच्या चळवळीत भाग घ्यायला लागल्या. सत्याग्रह, प्रभात फेऱ्या, राजकीय सभा, निदर्शने यातील स्त्रियांचा सहभाग मोठ्या प्रमाणात दिसू लागला. चळवळीत भाग घेण्यासाठी स्त्रियांनी घरात मोठ्या प्रमाणावर बंडखोरी केल्याचे आढळते. एका अर्थी त्यांची पावले स्त्रीमुक्तीच्या मार्गावरच पडत होती.

१९१८ ते १९२३ या काळात स्त्री मताधिकाराची चळवळ झाली. त्यातही अनेक स्त्रियांचा सहभाग होता. रमाबाई रानडे या चळवळीच्या प्रमुख आधारस्तंभ होत्या. स्वातंत्रपूर्व काळात स्त्रीच्या माणूस म्हणून जगण्याच्या हक्काला अधिमान्यता मिळाली. स्त्रीला आत्मभान आले आणि समाजभानही आले. पण हे सर्व काही एका विशिष्ट वर्गापुरतेच मर्यादित होते. समस्त स्त्री वर्गांपर्यंत अनेक गोष्टी पोहोचल्याही नव्हत्या. सर्वसामान्य किंवा कष्टकरी वर्गातील स्त्रियांपर्यंत चळवळ पोचलीच नव्हती. त्यासाठी फारसे प्रयत्न झाल्याचेही दिसत नाही. त्यामुळे ठरावीक उच्च मध्यम वर्गातील स्त्रियांनाच थोडीफार शिक्षणाची संधी मिळाली होती. बहुसंख्य महिला शिक्षणापासून आणि जागृतीपासून वंचितच होत्या. अजूनही अशिक्षित स्त्रियांचे प्रमाण खूप आहे.

स्त्री प्रश्न एकूण भारतीय समाजाच्या संरचनेचा प्रश्न आहे. भारतात स्त्रियांचे प्रमाण पुरुषांपेक्षा कमी आहे आणि त्यांचे आयुर्मानही कमी आहे.

१९७० सालापासून साधारणत: स्त्री प्रश्नांचे भान येऊ लागले, असे मानले तर अनेक आघाड्यांवर निदानपक्षी जाणीव–जागृती झाली आहे असे म्हणता येईल.

बाळंतपणाची हक्काची रजा, पाळणाघराची सोय, प्रसाधनगृह इ. मागण्या केल्या गेल्या.काही बाबतीत सुधारणा झाली असली, सर्व प्रयत्न मोलाचे असले तरीही ते अंशात्मकच आहेत. अजूनही स्त्रियांची असुरक्षितता आणि निकृष्ट दर्जाचे काम यात फारसा बदल झालेला नाही. कुटुंबांतर्गत होणारा शारीरिक आणि मानसिक छळ ह्यापासून मुक्तता मिळालेली नाही. जुनी कुटुंबव्यवस्था, समाज व्यवस्था, अर्थव्यवस्था आता झपाट्याने बदलत चालली आहे. त्यामुळे खेडी-शहरे, शेती-नोकरी,एकत्र कुटुंब-विभक्त कुटुंब,कुटुंबाचे हित- व्यक्तीच्या आकांक्षा अशी द्वैते निर्माण झाली आहेत. ह्या कात्रीत सापडलेल्या स्त्रियांची संख्या मोठी आहे. आणि म्हणूनच स्त्रियांना सकस दर्जाचे शिक्षण, व्यावसायिक प्रशिक्षण, प्रत्येक प्रौढ स्त्रीला रोजगाराची संधी मिळणे आवश्यक आहे.

बदलत्या परिस्थितीत हिंसाचाराचा प्रश्न गंभीर बनत आहे. नोकरी-धंद्यातील अस्थिरता, जीवनातील ताण, व्यसनाधीनता ह्यांचे परिणाम घरातील स्त्रियांना भोगावे लागतात.बहुसंख्य स्त्रिया आजही बालविवाह, सततची बाळंतपणे, मारहाण,छळ सोसत आहे. जातिवादी -धर्मवादी हिंसा, असंघटित क्षेत्रातील कष्टमय कामे अशा प्रश्नांना तोंड देत आहेत.

स्त्रीचे स्त्रीत्व म्हणजे कृतीहिनता आणि परावलंबन तर पौरुष म्हणजे नवनिर्मिती आणि स्वातंत्र्य असे समीकरण आजवरच्या पुरुषी वर्चस्व असलेल्या इतिहासाने मांडले. त्यामुळे अजूनही विवाहसंस्था, कुटुंबसंस्था, धर्मसंस्था आणि उत्पादन व्यवहारात स्त्रीची भूमिका दुय्यमच मानली जात आहे.

१९६४ ते १९७५ या काळात हळूहळू वाढणारा स्त्रियांचा असंतोष १९७५ च्या सुमारास आंतरराष्ट्रीय स्त्री वर्षाच्या संदर्भात स्फोटक स्वरूपात व्यक्त होऊ लागला. आंतरराष्ट्रीय महिला वर्षाच्या निमित्ताने भारतीय स्त्रियांचा पाश्चात्त्य स्त्री मुक्तीवादी चळवळीशी व विचारांशी संपर्क आला. पुरुषप्रधानता, देहात्मक राजकारण, लिंग भाव उभारणी, लैंगिक राजकारण ह्या सारख्या कळीच्या संकल्पनांमुळे आणि खाजगी असते तेही राजकीयच अशा घोषणांमुळे स्त्री कार्यकर्त्यांची दृष्टी बदलली.ह्यामुळे स्त्रियांच्या चळवळीत फार मोठ्या प्रमाणात वैविध्य निर्माण झाले.

बहुतेक सर्व समाजात जिथे समाजमान्य प्रतिष्ठित लैंगिक श्रमविभागणी दिसते तेथे स्त्रियांच्या श्रमाला हमखास कनिष्ठ दर्जा दिलेला आढळतो. पुरुषी सत्तेचा भौतिक पाया म्हणजे स्त्रियांच्या श्रमशक्तीवर व लैंगिकतेवर असलेले पुरुषांचे नियंत्रण होय. पुरुषशाही ही एक अत्यंत मूलभूत अशी सामाजिक संरचना आहे. आणि ती उखडली गेली तरच आजचा स्त्री-पुरुष नावाने ओळखला जाणारा नरमाद्यांचा समाज संपेल. आणि खऱ्या माणुसकीच्या इतिहासाला सुरुवात होईल. हे होण्यासाठी स्त्री-पुरुषांच्या

शारीरिकतेवर आधारलेली कुटुंबव्यवस्था, समाजातील स्त्री-पुरुष विषमतेवर आधारलेला लैंगिक श्रमविभाग, स्त्री-पुरुषांना मिळणाऱ्या लिंगबद्ध भूमिका मूलत: बदलल्या पाहिजेत.

स्त्रिया घरात आणि घराबाहेर जे जे काम करतात त्यामुळे अर्थव्यवस्थेसाठी आवश्यक असणारी सामाजिक संरचना दृढ केली जाते. परंतु हे पुनरुत्पादनाचे काम एकीकडून पायाभूत असले तरी त्याला दुय्यम मानले जाते. ह्यातून स्त्रियांचेही दुय्यम स्थान पक्के होते. स्त्रिया अनेक तऱ्हेचे उत्पादक काम करीत असतात. तरी स्त्रियांचे भांडवलावर नियंत्रण नसते. ज्ञान, संपत्ती, कला कौशल्य, साधनसामग्री ह्या कशावरही त्यांचा हक्क नसतो. आपली स्वत:ची श्रमशक्ती आणि आपण उत्पन्न केलेल्या वस्तूंची विक्री ह्यावर नियंत्रण म्हणजेच पुरुषप्रधान कुटुंब व्यवस्थेत स्त्रियांच्या उत्पादक कामावर नियंत्रण ठेवलेले असते. गरज पडली तर त्यांनी काम करावे नाहीतर घराण्याची इज्जत सांभाळावी, असा अलिखित करार असतो. म्हणूनच आपल्या सांस्कृतिक संदर्भात जात वर्ग ह्यांच्या विषमतेची मुळे स्त्रीच्या दुय्यम स्थानाशी निगडित आहेत, असे म्हणता येईल.

* * *

३. समाजसुधारकांचे योगदान

एकोणिसाव्या शतकाच्या उत्तरार्धात स्त्री सुधारणेचे नेतृत्व पुरुषांकडे होते. याचा अपरिहार्य परिणाम असा दिसतो की ज्या घरातील पुरुष स्त्री सुधारणेस अनुकूल होते त्या घरातील स्त्रिया शिक्षण घेऊ लागल्या. याच काळात स्त्रीच्या दास्यत्वाची, परवशतेची जाणीव महाराष्ट्रातील विचारवंतांना होऊ लागली होती. स्त्री या दास्यत्वातून मुक्तता करण्यासाठी स्त्रीशिक्षण, पुनर्विवाह हे विचार प्रकर्षाने मांडले जाऊ लागले होते. स्त्री शिक्षणाच्या बाबतीत सर्वांत महत्त्वाची कामगिरी म. जोतिबा फुले आणि सावित्रीबाई फुले यांनी केली आहे. जोतीरावांचे विचार जातिभेदातीत आणि धर्मभेदातीत होते. त्यांचा हल्ला रुढीपरंपरा, अंधश्रद्धा, अन्याय, अज्ञान आणि विषमता यावर होता. म्हणून तर अन्यायाविरुद्ध लढायचे म्हणजे दलितांचे आणि स्त्रियांचे कैवारी होणे, त्यांच्या सुखदुःखाशी समरस होणे आणि त्या गर्तेतून त्यांना बाहेर काढून समतेचा नवा मंत्र देणे हे त्यांचे जीवितकार्य होते. आपल्या देशातील स्त्रीमुक्ती चळवळीचे जोतिराव आद्य जनक होते. भारतातील स्त्रीमुक्ती चळवळीची सुरुवात जोतिबांनी केली. स्त्री-पुरुष समतेचा विचार जोतिबांनी मांडला. सर्व प्रकारच्या सामाजिक विषमतेवर प्रहार करताना त्यांनी स्त्री -पुरुष विषमतेलाही अग्रक्रमाने वाचा फोडली. हा वैचारिक बदलाचा, मानसिकतेच्या बदलाचा प्रश्न आहे आणि तो शिक्षणानेच सुटू शकेल असा त्यांना विश्वास वाटत होता. स्वत: सावित्रीबाईंना शिकवून, समाजाचा रोष पत्करून त्यांनी ऑगस्ट १८४८ मध्ये बुधवार पेठ, पुणे येथे पहिली मुलींची शाळा स्थापन करून स्त्रीशिक्षणाची मुहूर्तमेढ रोवली. शिक्षणासंबंधी त्यांचे कार्य हे पायाभूत कार्य होते. महार, मांग जातीतील मुलींनाही शिक्षण मिळाले पाहिजे यावर त्यांचा भर होता. अस्पृश्यता आणि जातीपाती निर्मूलन यावर त्याचा कटाक्ष होता. म. फुले 'सत्य हाच देव' आणि ' सत्य हाच धर्म 'मानत असत.आपले नशीब आपल्या हातात, असा त्याचा संदेश होता. जोतिबांनी आणि सावित्रीबाईंनी स्त्री शिक्षणाला प्राधान्य दिले आणि शूद्रातिशूद्रांच्या दास्याबरोबरच स्त्रीदास्याचीही परखड मांडणी केली. सती आणि सत्ता, सवत आणि सवता असा भेद मांडत थेट स्त्री -पुरुष विषमतेच्या प्रश्नाला त्यांनी हात घातला. मुले होत नाहीत म्हणून स्वतः दुसरे लग्न करण्याऐवजी सावित्रीबाईंनी

महिलांनी दुसरे लग्न करावे असा रूढी परंपरांना छेद देणारा आणि पुरुषी अहंकाराला झिणझिण्या आणणारा विचार त्यांनी बोलून दाखविला. विधवा आणि बलात्कारित स्त्रियांना आधार देऊन त्यांनी त्यांची बाळंतपणेही केली. अशाच एका बलात्कारित स्त्रीच्या मुलाला दत्तक घेऊन मराठी समाजापुढे आपल्या विचारांचा आणि आचारांचा आदर्श ठेवण्याचा प्रयत्न केला.

म. जोतीराव फुले यांचे स्त्री-पुरुष समतेचे विचार पुढे नेणाऱ्यांमध्ये लोकहितवादी गोपाळ हरी देशमुख, सुधारकाग्रणी गोपाळ गणेश आगरकर, महर्षी धोंडो केशव कर्वे, ईश्वरचंद्र विद्यासागर, राजाराम मोहन रॉय, महात्मा गांधी, डॉ. बाबासाहेब आंबेडकर यांचेही योगदान मोठे आहे. स्त्री-पुरुष समता आणि स्त्रियांवर होणाऱ्या अन्यायाला वाचा फोडण्याचे महत्त्वाचे कार्य लोकहितवादींनी केले आहे. इ. स. १८४८ मध्ये लोकहितवादींची शतपत्रे 'प्रभाकर' या साप्ताहिकातून प्रसिद्ध होऊ लागली होती. यातील काही पत्रांमधून लोकहितवादींनी स्त्रियांना हीनदीन स्थितीला पोहोचविणाऱ्या सामाजिक मानसिकतेबद्दल परखड विचार व्यक्त केले.होते.

समाजात असलेली स्त्रियांबद्दलची अनुदारता, समाजाने स्त्री-पुरुषांना लागू केलेले दुटप्पी नीतिनियम यामुळे स्त्रीचे व्यक्तिमत्त्व संकुचित होते, मारले जाते हे त्यांना जाणवले होते. त्यांनी ते परखडपणे व्यक्त केले.

लोकहितवादींनी स्त्री व पुरुष या दोघांनाही सर्व नियम सारखेच असावेत, सारखीच बंधनं असावीत असे प्रतिपादन करून बुरसटलेल्या विचारांना त्यांनी हादरा दिला. त्यांनी स्त्रीशिक्षण, स्त्रियांचा पुनर्विवाह, स्त्रियांवरील रूढींची अन्यायकारक बंधने इ. सामाजिक प्रश्नांचा सतत पाठपुरावा केला. समाजात जागृती निर्माण करण्याचा प्रयत्न केला.

आगरकर हे स्वत: व्यक्तिवादी विचारवंत असल्यामुळे त्यांनी स्त्रियांच्या प्रश्नांकडे गांभीर्याने लक्ष दिले. बुद्धिवादी दृष्टिकोनातून समाजजीवनाचे विश्लेषण करून आगरकरांनी स्त्रीची दुर्दशा करणाऱ्या केशवपन, बालविवाह या अन्याय्य रूढींवर हल्ला केला. स्त्रीशिक्षण, विधवा विवाह, बालविवाह बंदी या कल्पनांचा पुरस्कार केला. 'स्त्रीला आर्थिक स्वातंत्र्य मिळाल्याशिवाय समान दर्जा मिळणार नाही' हे सांगणारे आगरकर हे महाराष्ट्रातील पहिले विचारवंत आहेत. आगरकरांनी 'सुधारका'मधून परखड विचार मांडून तात्त्विकदृष्ट्या स्त्रियांच्या प्रश्नांबाबत जागृती केली. मराठी स्त्रियांच्या उद्धार कार्यातील त्याचा वाटा मोठा आहे. स्त्रियांना व्यक्ती व नागरिक म्हणून अधिकार मिळावेत, घटस्फोटाची मुभा असावी असे त्यांनी हिरिरीने सांगितले. स्त्रीजीवनाच्या विविध अंगोपांगानी शास्त्रशुद्ध चिकित्सा आगरकरांनी केली.

आगरकरांनी आपल्या प्रखर युक्तिवादाने स्त्रीजीवनविषयक सुधारणेच्या चळवळीस वेगळेच अधिष्ठान प्राप्त करून देऊन तिची प्रतिष्ठा वाढविली. स्त्री व पुरुष यांच्यात सर्वच बाबतीत समता प्रस्थापित व्हावयास हवी,हा आग्रह आगरकरांनीच प्रथम धरलेला आहे. स्त्रीशिक्षण सुरू झाले त्यावेळी स्त्रियांना वेगळ्या प्रकारचे शिक्षण द्यावे असे काहींचे मत होते. त्यावेळी मुलगा आणि मुलगी यांना एकाच प्रकारचे शिक्षण द्या व तेही एकत्र असा आग्रह धरणारे आगरकर एकटेच होते. त्यांच्या कार्यामुळेच महाराष्ट्रात स्त्री -सुधारणेचा पक्ष प्रबळ झाला. लोकहितवादी आदी सुधारकांचा भर मानवी सहानुभूतीवर होता. आगरकरांनी हा प्रश्न सहानुभूतीच्या पलीकडे नेऊन न्याय्यतेच्या पातळीवर ठेवला. त्यामुळे स्त्रीजीवन विषयक चळवळीचे अधिष्ठानच बदलले.

इ.स. १९२० मध्ये राजकारणाला गांधीजींच्या नेतृत्वामुळे वेगळे वळण लागले. म. गांधींच्या राजकीय क्षितिजावरील उदयानंतर स्त्रियांच्या सामाजिक, राजकीय सहभागाला एक वेगळे परिमाण प्राप्त झाले. देशाचे भवितव्य तुमच्या हातात आहे, असे सांगत त्यांनी स्त्रियांमध्ये स्वशक्तीची जागृती केली. राष्ट्रीय स्वातंत्र्य चळवळ स्त्रियांच्या सहभागाशिवाय यशस्वी होणार नाही, असे गांधीजी मानत असत. म. गांधींनी ज्यावेळी स्त्रियांना असहकाराच्या आणि नागरी शिस्तभंग चळवळीच्या कृतीमध्ये येण्यासाठी उत्तेजन दिले तेव्हा खऱ्या अर्थाने स्त्रियांची स्वातंत्र्यप्रियता प्रत्ययास आली. स्त्री-पुरुष ह्यांच्यामधील शोषणाचे नाते लैंगिक व्यवहाराशी निगडित आहे हे गांधीजींनी ओळखले. बाईपणा आणि पुरूषीपणा बाजूला ठेवून स्त्री-पुरुष जर सामाजिक,राजकीय कामांसाठी, राष्ट्र उभारणीच्या कामात उच्चतर ध्येयासाठी एकत्र आले तर खऱ्या अर्थाने स्त्रिया निर्भय होतील आणि सार्वजनिक जीवनात योगदान करू शकतील, अशी गांधीजींची खात्री होती त्यामुळेच त्यांनी राष्ट्रवादी चळवळीत स्त्रियांना मोठ्या प्रमाणात सहभागी करून घेतले. गांधीजींच्या अनेक विधायक कार्यक्रमांत स्त्रियांचा सहभाग लक्षणीय होता.अहिंसात्मक चळवळीमुळे स्वातंत्र्य आंदोलनात स्त्रियांचा सहभाग वाढला. सामाजिक व राजकीय जागृतीमुळे स्त्रियांच्या संघटना उभ्या राहिल्या. सत्याग्रहासाठी आवश्यक असलेले धैर्य, सोशिकपणा आणि आत्मिक सामर्थ्य या विशेष गुणांमुळे स्त्रियांनी स्वातंत्र्य लढ्यात महत्त्वाची कामगिरी केली. ह्यातूनच १९२४ साली अखिल भारतीय महिला परिषद स्थापन झाली. ही संघटना स्त्रियांच्या समान हक्कांसाठी उभारली गेली आणि पुरुषांप्रमाणेच स्त्रियांनाही प्रत्येक संधी मिळाली पाहिजे असा आग्रह धरला गेला.

डॉ. बाबासाहेब आंबेडकर ह्यांचे बहुमोल विचार

"मुलामुलींची लग्ने लवकर करू नका. निदान त्यांना स्वतःच्या पायावर उभे राहू द्या. जास्त मुले होण्याचे दुष्परिणाम त्यांच्या लक्षात आणून द्या. विवाह हा मुलीच्या विकासातील अडसर आहे. विवाह मुलींवर लादू नका. पत्नी ही पतीशी समान अधिकार असलेली गृहिणी असली पाहिजे. नवऱ्याची ती गुलाम होता कामा नये."

(१९४२च्या महिला परिषदेतील भाषण)

"कुटुंब नियोजनाची जबाबदारी स्त्री-पुरुष या दोघांची आहे. तसेच आपली भावंडे आणि दारिद्र्य यावर बोलून, एका मुलाचेच संगोपन आपण चांगल्या प्रकारे करू शकतो आणि कमी मुले झाल्यामुळे स्त्रियांची जीवघेण्या बाळंतपणातून सुटका होईल आणि त्यांची शक्ती इतर कामाकडे वळविता येईल."

(१९३८साली विद्यार्थ्यांसमोर केलेल्या भाषणात)

स्त्री-पुरुष संबंध फक्त त्या जोडप्याचा खासगी प्रश्न कसा नाही ह्याचा उलगडा करताना श्रीमती क्लारा झेट्कीन ह्यांना लेनिन म्हणाले 'ह्याचा सामाजिक संबंध जास्त महत्त्वाचा आहे. पाणी पिणे ही एक व्यक्तीचीच कृती असते. पण प्रेम करताना दोन माणसांचा सहभाग असतो व त्यातून तिसरा जीव जन्माला येतो. म्हणूनच या कृतीला एक सामाजिक स्वरूप येते आणि त्यात समाजाबाबत कर्तव्ये गुंतलेली असतात.'

स्त्रियांना आपले स्वातंत्र्य प्राप्त करून घेण्याची इच्छा असेल तर त्यांचे पहिले साधन शिक्षण हे आहे. मुलांपेक्षा मुलींना शिक्षण देणे अधिक महत्त्वाचे आहे, असे माझे मत आहे. हिंदुस्थान स्वतंत्र झाल्यावर मी जिवंत असलो आणि माझा अधिकार चालू राहिला तर मी स्त्रीशिक्षणावर अधिक भर देईन. एक आई अन् शंभर शिक्षकांची भरपाई (एक माता सौ शिक्षकों की आवश्यकता पुरी करती है) अशी आमच्याकडे म्हणच आहे ना? ती अगदी यथार्थ आहे.

– गांधीजी

४. महिला विकासाचे अग्रदूत डॉ. बाबासाहेब आंबेडकर

भारताच्या राज्यघटनेचे प्रमुख शिल्पकार म्हणून डॉ. बाबासाहेब आंबेडकर यांचे नाव आदराने घेतले जाते. सर्व देशाचे हित आणि उन्नती व्हावी अशी त्यांची धारणा होती. त्यांनी राजकीय, सामाजिक, आर्थिक, सांस्कृतिक, शैक्षणिक क्षेत्रात फार मौलिक आणि अनन्यसाधारण कामगिरी बजावली. भारतातील महिलावर्गाच्या सक्षमीकरणासाठी आणि सबलीकरणासाठी त्यांनी कृतिशील भूमिका घेतली होती.

स्वातंत्र्य, समता, बंधुता ही आपल्या राज्यघटनेची आधारत्रयी आहे. डॉ. आंबेडकर यांचे महिला वर्गाच्या समस्यांचे आकलन अभ्यासपूर्ण होते. व्यापक, सखोल माहितीची, ज्ञानाची, चिंतनाची त्याला जोड होती.

२७ डिसेंबर १९२७रोजी महाडच्या सत्याग्रहाच्या चळवळीत जवळजवळ पाच हजार स्त्रियांची स्वतंत्र अशी सभा आयोजित केली होती. ज्या काळात स्त्री फारशी घराबाहेर पडत नव्हती त्या काळात महाडसारख्या गावी पाच हजार स्त्रियांची उपस्थिती असणे ही साधीसुधी गोष्ट नव्हती. डॉ. आंबेडकर यांच्या स्त्री सबलीकरणाचे, स्त्री सक्षमीकरणाचे ते एक प्रसादचिन्ह होते, असे मानले पाहिजे. डॉ. आंबेडकर यांना भारताच्या विकासासाठी, प्रगतीसाठी लोकसंख्या नियंत्रण अत्यावश्यक आहे, असे तीव्रतेने वाटत होते. डॉ. आंबेडकर यांना महिलांच्या आरोग्याची व स्वास्थ्याची आवश्यकता वाटत होती. महिलांचे आरोग्य व कुटुंबांचे योग्य नियोजन महिलांशीच संबंधित आहे अशी स्पष्ट भूमिका त्यांनी घेतलेली होती.

हिंदू कोड बिलात त्यांनी यासाठीच्या कायद्यांचा पाठपुरावा केला होता. हिंदू कोड बिलात स्त्रियांना समान हक्क आणि इस्टेटीत वाटा मिळायलाच हवा अशी त्यांची आग्रही भूमिका होती.

डॉ. आंबेडकर हे तत्त्वासाठी लढणारे योद्धे होते. समाजातील अन्याय दूर करण्यासाठी आणि दलितांचा उद्धार करण्यासाठी ते सतत प्रयत्नशील असत. डॉ. आंबेडकरांनी भारताच्या राज्यघटनेत स्त्री-पुरुष समतेची जाहीर नोंद करून ऐतिहासिक कामगिरी केली आहे. स्थानिक स्वराज्य संस्था, मालकी हक्क, सक्तीचे व मोफत शिक्षण, सकस आहार, शरीरस्वास्थ्य आणि जीवनमान उंचावणे अशा अनेक कायद्यात स्त्रियांच्या

समानतेचा उल्लेख केला आहे. स्त्रियांना अनेक कायद्यांनी आणि कलमांनीही समतेची हमी दिली आहे.

प्रज्ञावंत डॉ. आंबेडकर हे समाजद्रष्टे होते. तत्कालीन महिलांच्या समस्येची त्यांची जाण वस्तुनिष्ठ आणि विलक्षण होती. स्त्री आत्मनिर्भर झाली पाहिजे कारण समाजनिर्मितीचा ती मूलाधार आहे, असे त्यांचे विचारसूत्र होते. स्त्री सबलीकरणाचे ते कट्टर पुरस्कर्ते होते. हिंदू समाजातील निरनिराळ्या जाती आणि पुरुष व स्त्रिया यांच्या प्रत्येक जीवनावश्यक क्षेत्रात कमालीची विषमता होती. हिंदू कुटुंबपद्धतीच्या स्थावर, जंगम मालमत्तेच्या वारसा हक्कातही न्यायपूर्ण व्यवस्था नव्हती. स्त्रियांच्या बाबतीत वारसाहक्क व विवाह यासंबंधी अनेक अन्यायकारक कलमे होती. त्यात योग्य ती दुरुस्ती व्हावी असे समाजसुधारकांना वाटत होते.

सर्व हिंदू कोड कायद्यांचे संहितीकरण करून सर्व हिंदूंना एकच कायदा करावा व त्यात हिंदू स्त्रियांना समान हक्क देण्यात यावेत या चळवळीतून आलेल्या मागणीसाठी सरकारने १९४१ साली 'हिंदू कोड कमिटी' नेमली होती. डॉ.आंबेडकर कायदेमंत्री असल्यामुळे हिंदू कोड बिलाला कायदेशीर भाषेत मांडण्याचे काम डॉ.आंबेडकरांकडे होते. प्रकृती चांगली नसतानाही त्यांनी यावर अतिशय काळजीपूर्वक आणि सचोटीने काम केले. हिंदू कायदा सर्वांग सुंदर व्हावा म्हणून प्रत्येक कलम ते नीट तपासून पुन्हापुन्हा लिहून काढीत असत. प्रचंड परिश्रम करून त्यांनी हिंदू कोड बिल तयार केले होते.

जीर्णमतवादी आणि सनातनी हिंदूंनी या बिलाला कडाडून विरोध केला. बिलात घटस्फोट आणि एकपत्नीव्रत याला विरोध असल्यास त्यावर चर्चा करण्याची तयारी डॉ. आंबेडकरांनी दाखवली होती. राज्यघटना डॉ.आंबेडकरांनी तयार केली होती. समानतेच्या दृष्टीने हिंदू कोडात सुधारणा केल्याशिवाय त्या राज्यघटनेला काही अर्थ प्राप्त होऊ शकत नाही, असे त्यांचे मत होते. ब्रिटिशांच्या काळापासून काही समाजसुधारणेचे कायदे पास झाले. परंतु जाती-जातीतील आणि स्त्री-पुरुषांच्या हक्कासंबंधी असलेली असमानता निपटून काढण्याची कोणाची ताकद नव्हती. ते आव्हान स्वीकारून पार्लमेंटमध्ये बिल मांडण्याचे धाडस डॉ.आंबेडकरांनी केले. हिंदू कोड बिलाने हिंदू स्त्रियांचा फायदा होणार होता. भारतातील सर्व धर्म, जाती आणि समाज यांचे कायदे स्त्रियांना न्याय देणारे नाहीत, ते तसे व्हावेत म्हणून डॉ. आंबेडकरांनी प्रयत्न केले. परंतु स्वतंत्र भारतात देखील विवाह व त्या अनुषंगाने येणारे प्रश्न 'खासगी' आहेत,असेच राजकारण्यांचे मत होते. धार्मिक दंगे होतील, अल्पसंख्याकांची मने दुखावतील अशा विचाराने आणि खरे तर मताच्या पेटीवर डोळा ठेवून ह्यास जोरदार विरोध करण्यात आला. हे बिल जसेच्या तसे पास होऊ शकले नाही. दोन वर्ष रात्रंदिवस मेहनत करून तयार केलेल्या बिलाचा असा शेवट झाल्याचे बघून बाबासाहेबांनी

मंत्रिपदाचा राजीनामा दिला. परंतु हिंदू कोड बिल पास होईपर्यंत मी माझा लढा चालूच ठेवीन, असे त्यांनी पं. नेहरूंना पत्र पाठवून कळवले.

अन्यायाविरुद्ध आवाज उठवून सर्वांना समान वागणूक मिळाली पाहिजे म्हणून सतत प्रयत्न करणारे दलितांचे आणि स्त्रियांचे कैवारी म्हणून डॉ.बाबासाहेब आंबेडकरांचे नाव घेतले जाते ते योग्यच आहे.

भारतातील स्त्रीमुक्तीच्या कामगिरीत डॉ. आंबेडकर यांचे योगदान मोलाचे आणि क्रांतिकारक आहे. वंचित, शोषित, पीडित महिला वर्गाच्या सबलीकरणासाठी, सक्षमीकरणासाठी त्यांची कामगिरी ही आधारभूत आणि साहाय्यक अशीच आहे.

हिंदू कोड बिल

हिंदू समाजाला लागू पडणारा हिंदू कायदा हा ब्रिटिश अमदानीत तयार करण्यात आला. त्याचा पाया वेद, श्रुती आणि स्मृती या हिंदूंच्या धर्मशास्त्रांनी सांगितलेले आचारविचार विषयक नियम आणि हिंदूंच्या आचारविचारांतून निर्माण झालेल्या व समाजात रूढ झालेल्या रूढी व परंपरा यांचा आहे. हिंदू धर्म हा ईश्वरी आज्ञेवर उभारलेला असल्यामुळे तो प्रत्येकाने पाळला तर त्याला सद्‌गती (मोक्ष) मिळते आणि न पाळला तर दुर्गती(नरक) मिळते, अशी परंपरेने श्रद्धा रूढ झाली. या सामाजिक श्रद्धेमुळे पुरोहितवर्ग व राज्यकर्ते क्षत्रिय यांचे समाजात प्राबल्य वाढले. त्यात पुरोहितवर्गाने आपले अनियंत्रित सामर्थ्य व श्रेष्ठत्व प्रस्थापित करण्यासाठी समाजात जाती निर्माण करून त्यांचे जीवन एका मर्यादित चाकोरीत जखडून टाकणारे नियम श्रुती व स्मृती या ग्रंथांत घालून अनुल्लंघनीय स्वरूपाच्या अनेक जाती निर्माण केल्या.

स्त्री आणि पुरुष यांच्यातील व्यवहारी संबंधाबद्दल वेळोवेळी कडक नियम करण्यात आले. त्यामुळे हिंदू समाजातील निरनिराळ्या जाती आणि पुरुष व स्त्रिया यांच्यात प्रत्येक जीवनावश्यक क्षेत्रात कमालीची विषमता निर्माण झाली. हिंदू कुटुंबपद्धतीच्या स्थावर-जंगम मालमत्तेच्या वारसाहक्कातही न्यायपूर्ण व्यवस्था नव्हती. स्त्रियांच्या बाबतीत वारसाहक्क व विवाह यासंबंधी अनेक अन्यायमूलक कायद्यांची कलमे आहेत. त्यात योग्य ती दुरुस्ती व्हावी असे समाजसुधारक व स्त्रियांच्या संस्था यांना वाटत होते. त्याप्रमाणे चळवळीही करण्यात आल्या. या कलमांना दुरुस्त्या सुचविणारी अनेक बिले मध्यवर्ती कायदेमंडळात आणली गेली.

१९३७ साली सर्वश्री अखिलचंद्र दत्त, ए.एन चट्टोपाध्याय, कैलास बिहारी, न. वि. गाडगीळ, के. संतानम आणि डॉ. व्ही.जी. देशमुख यांनी मध्यवर्ती कायदेमंडळात प्रयत्न केले. हिंदू स्त्रियांच्या मालमत्तेच्या हक्कासंबंधीचा कायदा व त्यात दुरुस्त्या सुचविणारी विधेयके (बिल्स) यांनी मांडली. ही विधेयके मंजूर झाली नाहीत. हिंदू स्त्रियांना एकत्र कुटुंबापासून स्वतंत्र राहण्याचा हक्क असावा व त्यांना त्या कुटुंबाच्या

एकत्र स्थावर-जंगम मालमत्तेतून पोटगी मिळावी, असे विधेयक डॉ. देशमुख यांनी आणले होते, पण ते मंजूर झाले नाही.

१९३७ सालचा हिंदू स्त्रियांच्या मालमत्तेसंबंधीच्या हक्काचा कायदा मंजूर करण्यात आला. पण या जुजबी सुधारणेमुळे कायदेपंडित, समाजसुधारक आणि सुशिक्षित स्त्रिया यांचे समाधान झाले नाही. हिंदू कायद्यात सर्व प्रकारची इष्ट सुधारणा झाली पाहिजे अशी चळवळ त्यांनी सुरू केली व सरकारकडे या बाबतीत मागणी केली. या सर्व सूचनांचा विचार करून सरकारने १९४१साली 'दि हिंदू कोड कमिटी' नेमली. सर्व हिंदू कोड कायद्यांचे संहितीकरण करून सर्व हिंदूंना एकच कायदा करावा व त्यात हिंदू स्त्रियांना समान हक्क देण्यात यावेत हे या समितीचे प्रमुख काम होते. वारसाहक्क व विवाह या विषयासंबंधी विस्तृत प्रश्नपत्रिका तयार करून कमिटीने सुधारकांची, जीर्णमतवाद्यांची व स्त्री संस्थांची मते अजमावण्यासाठी पाठविल्या. त्यांच्याकडून जे अभिप्राय व ज्या सूचना आल्या त्यांचा साकल्याने विचार करून समितीने कायद्याचा एक मसुदा तयार केला. त्याची दोन विधेयके मार्च १९४३ मध्ये मध्यवर्ती कायदेमंडळात मांडण्यात आली. ती वारसाहक्क व विवाह यासंबंधी होती. त्या दोन्ही विधेयकांवर सनातनी हिंदूंनी, सरकार असले कायदे करून सनातन हिंदू धर्माचा निःपात करीत आहे असे म्हणत कडाडून हल्ला केला.

सुधारकांनी सदर विधेयकात काही बदल व दुरुस्त्या सुचविल्या. त्याचा विचारविनिमय करण्यासाठी कायदेमंडळाने ती विधेयक जॉईंट सिलेक्ट कमिटीकडे सोपविली. कमिटीने दुरुस्त्या करून परत ती कायदेमंडळाकडे पाठविली, पण ती मंजूर झाली नाहीत. १९४४ साली सरकारने हिंदू कायद्याचे संहितीकरण करण्याचे काम हिंदू लॉ कमिटीकडे दिले. त्या कमिटीचे अध्यक्ष सर बेनेगल नरसिंहराव होते. सदर कमिटीने हिंदू कायद्याचा मसुदा तयार केला. तोच हिंदू कोड म्हणून प्रसिद्ध झाला. ते विधेयक पूर्वी जॉईंट सिलेक्ट कमिटीने तयार केलेल्या नमुन्यावरच तयार केले. सदर विधेयकाविरुद्ध सनातन्यांनी पुन्हा चळवळ सुरू केली.

डॉ.आंबेडकर कायदेमंत्री असल्यामुळे हिंदू कोड बिलाला कायदेशीर भाषेची लेणी लेवविण्याचे काम त्यांच्याकडे होते. त्यांनी प्रकृती चांगली नसतानाही यावर अतिशय काळजीपूर्वक आणि सचोटीने काम केले. हिंदू कायदा सर्वांगसुंदर व्हावा म्हणून ते प्रत्येक कलम नीट तपासून पुन:पुन्हा लिहून काढीत असत. प्रचंड परिश्रम करून त्यांनी हे बिल तयार केले.

बिल लोकसभेत येणार हे समजल्यावर जीर्णमतवादी सनातनी हिंदूंनी बिलाविरुद्ध जाहीर चळवळ सुरू केली. सदर विरोधकांना डॉ. आंबेडकर जाहीर उत्तरे देत होतेच.

पं. जवाहरलाल नेहरू यांनीही काही झाले तरी हिंदू कोड बिल आम्ही मंजूर करणारच अशी ग्वाही दिली.

हे बिल मंजूर होईल म्हणून जीर्णमतवादी विरोधक जास्तच चिडले. हिंदू कोड बिल आमच्या धर्मावर घाला घालीत आहे असा त्यांचा मुद्दा होता. पण आतली खरी गोष्ट म्हणजे आंबेडकर हे अस्पृश्य म्हणजे अवर्ण; त्यांच्या हातून स्मृतिशास्त्रात फेरफार घडवून आणणे म्हणजे भ्रष्टाचार आहे असे त्यांना वाटत असावे. त्यामुळे त्यांचा कडाडून विरोध असावा. जीर्णमतवाद्यांचा विरोध वाढत होता तरी बिल मंजूर करून घेण्यास सरकार बांधील आहे म्हणून पं. नेहरू निवडणुकीच्या आत बिल मंजूर करून घेण्याच्या मागे होते. बिलात घटस्फोट आणि एकपत्नीव्रत इ. कलमामुळे मतभिन्नता असेल तर त्यावर चर्चा करून विरोधकांच्या मतांना मान देण्याची तयारी डॉ.आंबेडकरांनी दाखविली. कसेही करून बिल मंजूर व्हावे हाच त्यांचा हेतू होता.

हिंदू कोड बिलाचे कलम २ यात निरनिराळ्या विषयांची क्षेत्रव्याप्ती याबद्दल तरतूद केलेली होती. हे कलम लोकसभेत चर्चेला आल्यावर मुसलमान, ख्रिस्ती, जैन, शीख यांनी हे कलम आपल्या लोकांना लागू करू नये म्हणून कडाडून विरोध दर्शविला. हिंदूच्या तर्फे श्री. श्यामाप्रसाद मुखर्जी यांनी विरोध केला.

लोकसभेत १८ सप्टेंबर १९५१रोजी यावर खडाजंगी चर्चा झाली. त्यात न. वि. गाडगीळ यांनी सांगितले की, सर्व बिलातील ८० टक्के भाग निरनिराळ्या हिंदूधर्मशास्त्रातील आधारावर आणि हिंदू कायद्यावर उभारून डॉ. आंबेडकरांनी हे प्रचंड संहितीकरण केले आहे. बाकीचा २० टक्के भाग नवीन सुधारणा घडवून आणणारा आहे. ८०टक्के भागाला विरोध करण्याचे काही कारण नाही कारण ते कायदे अस्तित्वात आहेत. २०टक्के भाग सुधारणा घडवून आणणारा आहे. त्या सुधारणा भारतीय घटनेतील समता, स्वातंत्र्य आणि बंधुत्व या तत्त्वांना धरून आहेत तेव्हा त्या सुधारणांना विरोध करणे म्हणजे जुन्या परंपरेला चिकटून राहण्यासारखेच आहे. हिंदूंचे धार्मिक सामाजिक आचारविचार व चालीरीती यांना आधुनिकतेचे रूप देणे ही बिलात प्रमुख बाब होती.

अनेक सभासदांची कलम दोनवर सात दिवस चर्चा झाली आणि ते मंजूर झाले. घटस्फोटाच्या कलमाबद्दल काँग्रेसच्या सभासदांत तीव्र असंतोष पसरला. त्यांच्या मते पूर्वपरंपरेने चालत आलेली जी घटस्फोटाची चाल आहे तिला बिलात स्थान नाही. ख्रिश्चन लोकांच्या मते हिंदू आणि ख्रिस्त यांचे विवाह झाले तर या घटस्फोटाच्या तरतुदींमुळे घोटाळे होऊ शकतील. ते कसे टाळावेत याबद्दल बिलात योजना केली पाहिजे. सर्व विरोधकांचे म्हणणे ऐकल्यावर आंबेडकरांनी बिलात दुरुस्ती करण्याचे मान्य केले. बिलाचा दुसरा भाग मूळ स्वरूपात या अधिवेशनात मंजूर होणे शक्य दिसत

नव्हते म्हणून विवाह आणि घटस्फोट कायदा यात योग्य त्या दुरुस्त्या करण्याचे आंबेडकरांनी ठरविले.

हिंदू कोड बिल हे धर्माच्या शास्त्राचा अवमान करणारे आहे असे वाटत असल्यामुळे हिंदूंचा त्याला विरोध होता. पं. नेहरू आणि डॉ. आंबेडकर यांना हिंदू धर्मशास्त्राचे ज्ञान नाही, त्यांनी तयार केलेले बिल टाकून द्यावे असे म्हणण्याइतका कडवा विरोध या बिलाला करण्यात आला.

हिंदू कोड बिलाला विरोध करणाऱ्यांचे तीन वर्ग होते. एक सनातनी वर्ग. धर्म, नैतिक विचार, धार्मिक ग्रंथ ईश्वरप्रणीत असल्यामुळे त्यात ढवळाढवळ करण्याचा कोणालाही अधिकार नाही, असे त्यांचे मत होते. म्हणून कोणत्याही सामाजिक व धार्मिक सुधारणेला त्यांचा विरोध होता. दुसरा वर्ग राजकीय पुढाऱ्यांचा. मतदारांना खुश ठेवण्यासाठी त्यांना काही निर्णय मताच्या पेटीवर डोळा ठेवून घ्यावे लागतात. तिसरा वर्ग सवर्ण हिंदूंतील वर्णश्रेष्ठत्वाने पछाडलेल्या लोकांचा. हिंदूधर्मशास्त्रांचे संहितीकरण एका अस्पृश्य पंडिताने करणे ही त्यांच्या दृष्टीने नामुष्कीची गोष्ट होती. वेगवेगळ्या कारणांनी या बिलाला विरोध झाला. 'बिल नामंजूर झाले तर मंत्रिमंडळ राजीनामा देईल' अशा घोषणा देणारे नेहरू मंत्रिमंडळ विरोधाला घाबरले. १९५२च्या निवडणुकीत काँग्रेस पक्ष निवडून येण्यासाठी मतदारांतील जीर्णमतवाद्यांपुढे मंत्रिमंडळाला मान तुकवावी लागली. दोन वर्ष रात्रंदिवस मेहनत करून तयार केलेल्या बिलाचा असा शेवट झाल्याचे बघून आंबेडकरांना मनस्वी वाईट वाटले. आंबेडकरांनी संहिता केलेल्या हिंदू कोड बिलाला काँग्रेस पक्षीयांचा विरोध व त्यांना अनुसरून पं. नेहरूंचे तत्त्वाला तिलांजली देण्याचे कचखाऊ धोरण या हिंदू कोड बिलाला मिळालेल्या वागणुकीमुळे डॉ. आंबेडकरांनी मंत्रिपदाचा राजीनामा दिला. राज्यघटना जरी बाबासाहेबांनी तयार केली असली तरी समानतेच्या दृष्टीने हिंदू कोडात सुधारणा केल्याशिवाय त्या राज्यघटनेला काही महत्त्व, अर्थ प्राप्त होऊ शकत नव्हता.

ब्रिटिशांच्या काळापासूनच त्यात सुधारणा व्हावी म्हणून वेळोवेळी काही समाजसुधारणेचे कायदे पास झाले. परंतु जाती-जातीतील आणि स्त्री-पुरुषांच्या हक्कासंबंधी असलेली असमानता निपटून टाकण्याची कोणाची ताकद नव्हती. ते आव्हान स्वीकारून पार्लमेंटमध्ये बिल मांडण्याचे धाडस डॉ. आंबेडकरांनी केले. परंतु (१)हिंदू धर्माने निषिद्ध ठरविलेल्या अस्पृश्याकडून, (२)पुढच्या निवडणुकांवर लक्ष ठेवून व (३) प्रस्थापितांच्या इभ्रतीला धक्का पोचणार होता या कारणास्तव हे बिल पास झाले नाही.

हे बिल पास न करण्यात भारताची उच्च-नीचतेची ऐतिहासिक परंपरा टिकविण्याचाच अट्टहास होता.

हिंदू कोड बिलाने हिंदू स्त्रियांचा फायदा होणार होता. पण पं. नेहरू आणि काँग्रेस पक्ष यांनी हिंदू कोड बिल मंजूर करण्यात दगलबाजी केली. नेहरू बिलाच्या बाजूने असोत वा विरोधात असोत, हे बिल संमत करून घेतल्याशिवाय मी स्वस्थ बसणार नाही, असे आंबेडकर ठासून म्हणत होते.

नशीब आणि लोकसभेचे नियम आपल्याविरुद्ध गेल्यामुळे हिंदू कोड बिलासाठी आपण काही करू शकत नाही. पण प्रगतीसाठी हिंदू कोड बिल संमत झाले पाहिजे याबद्दल माझी खात्री झाली आहे. त्यामुळे हिंदू कोड बिलाचा लढा मी चालू ठेवीन, असे डॉ. आंबेडकरांना पाठवलेल्या पत्रात पं. नेहरू यांनी आश्वासन दिले होते.

ब्रिटिश भारतातून गेल्यावर डॉ. बाबासाहेब आंबेडकर ह्यांनी ह्या देशात जसे इतर कायदे सर्वांना समान आहेत तसेच विवाहविषयक कायदे पण सर्वांना समान असावेत ह्या हेतूने तसा मसुदा तयार केला. भारतातील सर्व धर्म, जाती आणि समाज यांचे कायदे स्त्रियांना न्याय देणारे नाहीत. ते तसे व्हावेत म्हणून डॉ. आंबेडकरांनी प्रयत्न केले. परंतु स्वतंत्र भारतात देखील विवाह व त्या अनुषंगाने येणारे प्रश्न 'खासगी' आहेत असेच राजकारण्यांचे मत होते.

धार्मिक दंगे होतील, अल्पसंख्याकांची मने दुखावतील अशा विचाराने आणि खरे तर मताच्या पेटीवर डोळा ठेवून ह्यास जोरदार विरोध करण्यात आला. शेवटी डॉ.आंबेडकरांनी निदान बहुसंख्य असणाऱ्या हिंदूचा कायदा बदलावा म्हणून जोर लावला आणि त्यावेळेच्या स्त्री संघटनांनी त्यांना पाठिंबा दिला त्यामुळे हिंदू कायद्यात काही सुधारणा करण्यात आल्या व आजचा हिंदू कोड बिल १९७७ चा कायदा लागू झाला.

१९५२ नंतर सरकारतर्फे पूर्वीच्या हिंदू कोड मसुद्यातून (१) दि हिंदू मॅरेज अॅक्ट १९७७, (२) दि हिंदू सक्सेशन अॅक्ट,जून१९५६,(३)दि हिंदू मायनॉरिटी अॅण्ड गार्डियनशिप अॅक्ट,ऑगस्ट१९५६आणि(४)दि हिंदू अडॉप्शन अॅण्ड मेन्टेनन्स अॅक्ट, डिसेंबर १९५६हे कायदे करण्यात आले. ते डॉ. आंबेडकरांनी कायदेमंत्री म्हणून राजीनामा दिल्यानंतर झालेले कायदे आहेत.

हिंदू कोड बिलाचे निरनिराळे भाग करून व त्यात फेरफार करून नवीन चार कायदे मंजूर करण्यात आले.

स्त्रियांच्या हितसंरक्षणाच्या हेतूने भारतात वीस कायदे करण्यात आले. ते असे-

१) सतीप्रतिबंधक कायदा,१८२६

२) हिंदू विधवापुनर्विवाहोत्तेजक कायदा,१८५६

३) धर्मांतराचा पूर्वीचा कायदा रद्द करणारा कायदा, १८६६

४) भारतीय तलाक कायदा,१८७२

५) खिस्ती विवाह कायदा,१८७२
६) विवाहित नारी संपत्ती संरक्षक कायदा,१९७४
७) लीगल प्रॅक्टिशनर(वुइमेन्स) अॅक्ट,१९२३
८) बालिका विवाह प्रतिबंधक(शारदा) कायदा,१९२६
९) हिंदू उत्तराधिकार अधिनियम(संशोधित) कायदा,१९२६
१०) पारसी विवाह आणि तलाक कायदा,१९३६
११) हिंदू नारी संपत्ती अधिकार कायदा, १९३६
१२) प्रसूती अवस्थेत मिळावयाचे हक्क-यासंबंधीचा कायदा,१९४३
१३) हिंदू विजोड विवाह प्रतिबंधक कायदा,१९४६
१४) हिंदू विवाह वैधता कायदा,१९४६
१५) विशेष विवाह कायदा,१९५५
१६) हिंदू विवाह कायदा,१९५५
१७) हिंदू उत्तराधिकार कायदा,१९५६
१८) हिंदू दत्तकग्रहण आणि निर्वाह कायदा,१९५६
१९) हिंदू दत्तकग्रहण कायदा,१९५८
२०) वेश्यावृत्ती उन्मूलन कायदा,१९५८

शांतता विरुद्ध युद्ध, भक्कम व्यवस्थेवर आधारित सुरक्षितता, जुलूम व अत्याचार विरोधी लढा अथवा मूलभूत मानवी हक्क या सर्व व्यापक स्वरूपाच्या समस्यांपेक्षा स्त्रियांच्या खास जिव्हाळ्याचे असे लैंगिक अथवा स्त्रियांच्या हक्काचे प्रश्न हे स्त्रियांच्या दृष्टीने सुद्धा खास महत्त्वाचे आहेत, असे मला वाटत नाही.

– बेटी प्रीडन–'सेकंड स्टेज'

५. महिलांच्या न्यायासाठी कायद्याची मदत

एखाद्या विशिष्ट समाजाचा कायदा हा त्या समाजाच्या संस्कृतीचा एक भाग असतो. त्या समाजाच्या मूल्यांचे प्रतिबिंब त्या कायद्यात उमटलेले दिसते. तसेच तो समाज कोणत्या दिशेने वाटचाल करू इच्छितो यावर त्या समाजाच्या कायद्याचे स्वरूप अवलंबून असते.

समाजाला इष्ट वाटणारे बदल घडवून आणण्याच्या प्रक्रियेला चालना देणारे जे अनेक घटक आहेत, त्यापैकी कायदा हा एक महत्त्वाचा घटक आहे. समाजाला अभिप्रेत असणारे सामाजिक बदल घडवून आणण्यासाठीच कायद्याची मदत घेतली जाते. या अर्थाने स्त्रियांच्या बाबतीतला कायदा महत्त्वाचा ठरतो.

लिंगभेदावर आधारित भेदभाव नष्ट करणे हे ज्या समाजाचे ध्येय आहे,समान संधी व न्याय ही ज्या समाजाने आपली मूल्ये मानली आहेत, अशा समाजामध्ये शोषितवर्गाला पुरेसे संरक्षण देण्यासाठी कायद्याचे महत्त्व मोठे ठरते.

इंग्रजांच्या राजवटीपूर्वी भारतातला कायदा पूर्णपणे धर्माधिष्ठित होता. ब्रिटिश अमलाखाली असलेल्या भारतातसुद्धा पूर्वापार चालत आलेल्या जुलुमाविरूद्ध स्त्रीला संरक्षण नव्हते. पूर्वीच्या काळात काही समाजात नवरा मरण पावल्यावर त्याच्याच चितेवर त्याच्या बायकोला सती जावे लागे. तिची इच्छा असो वा नसो, पण तिच्यावर ही सक्ती केली जात असे. ब्रिटिश कारकिर्दीतसुद्धा एखादा संस्थानिक-विशेषत: उत्तर हिंदुस्थानातील-मेल्यावर अनेक दासींसह त्याच्या राण्या सती जात असत. कारण काही अपवाद वगळता स्त्रियांना संरक्षणच नव्हते. स्त्रियांच्या प्रश्नाला, त्यांच्यावर होत असलेल्या अमानुष अत्याचारांना प्रथम वाचा फोडली ती १९व्या शतकाच्या प्रारंभी सतीविरुद्ध शस्त्र उपसून राजा राममोहन रॉय यांनी.

पुरुषप्रधान समाजाच्या विचारसरणीत स्त्रीला वेगळे व स्वतंत्र असे व्यक्तित्व मुळीच असता कामा नये असा आग्रह धरला जात होता. पतीच्या आशाआकांक्षा त्याच पत्नीच्या आशा-आकांक्षा, त्याची सुखदु:ख हीच पत्नीची सुखदु:ख असे मानले जात होते. स्वाभाविकच पतीच्या मृत्यूनंतर पत्नीने जिवंत राहणे म्हणजे उपयुक्त आदर्शाला छेद देणे होय. त्या आदर्शाचे पालन करण्यासाठी पत्नीने सती जाणे हे पत्नीचे महान

कर्तव्य आहे असे अत्यंत क्रूर विचार समाजात प्रचलित होते.

हिंदू कुटुंब पद्धतीच्या मालकीची जी स्थावर-जंगम मालमत्ता असेल तिची व्यवस्था व वाटपपद्धती याविषयी मिताक्षर आणि दायभान अशा दोन पद्धती प्रचलित होत्या. मिताक्षर पद्धत एकत्र कुटुंब संस्था आणि वारसा हक्क याबद्दलचे कायदे सांगते. यात वारसाहक्क स्त्रियांना नव्हता. दायभान पद्धतीखाली वडिलांच्या मृत्यूनंतरच मुलांना वारसाहक्क होता. स्त्रियांना पोटगीचा हक्क होता. ही पोटगी देणे लागू नये म्हणून एक मार्ग धर्ममार्तंडाना सुचला तो म्हणजे स्त्रियांनी सती जाणे. बंगालमध्ये सतीची चाल प्रबळ असण्याचे कारण ही दायभान पद्धत होय.

जिवंतपणीच नवऱ्याबरोबर सती हा अत्यंत क्रूर प्रकार राजाराम मोहन रॉययांना बघवत नव्हता म्हणून त्यांनी त्याविरूद्ध आवाज उठवला. समाजात जागृती निर्माण करण्यासाठी ते झगडले. सतीबंदीचा कायदा करण्यासाठी त्यांनी त्याविरुद्ध आवाज उठवला.

सतीबंदीचा कायदा करण्यासाठी त्यांना सतत ३० वर्षे हिंदू सनातन्यांशी लढा द्यावा लागला. अखेर १८२९साली गव्हर्नर जनरल लॉर्ड बेंटिंग यांनी सतीप्रथेवर बंदी घालणारा कायदा केला.

इतकी वर्षे लोटली तरीही लोकांची मानसिकता बदलत नाही. अजूनही एखादी रूपकँवर सती जातेच आहे. म्हणून १९८७ मध्ये सतीविषयक कायद्यात दुरुस्ती करण्यात आली. भारतातील कोणताही धर्म सतीला मान्यता देत नसल्यामळे सर्व धर्मांना हा कायदा लागू करण्यात आला.

ह्यानंतर स्त्रियांच्या बाजूने लढणाऱ्या समाजसुधारकांची मालिकाच सुरू झाली. समाजाला जागे करण्याचे महत्त्वपूर्ण काम या नेत्यांनी केले. स्त्रियांना त्यांच्यावर होणाऱ्या अन्यायाची जाणीव त्यांनी करून दिली. स्त्रियांच्या संघटना तयार होऊन त्या अन्यायाविरुद्ध दाद मागू लागल्या. ऑल इंडिया विमेन्स कॉन्फरन्स ही त्यापैकीच एक संघटना होती. ह्या संघटनेने स्त्रियांचे अनेक प्रश्न वेळोवेळी हाती घेतले. वारसाहक्क,द्विभार्या प्रतिबंधक कायदा,घटस्फोटाचा हक्क,पोटगीचा हक्क इ. स्त्रियांना न्याय देऊ शकणारे कायदे कॉन्फरन्सने आणलेल्या दबावामुळे आले. हिंदु कोड बिलाच्या बाबतीतसुद्धा संघटनेची कामगिरी महत्त्वाची आहे.

इंग्रजांना त्यांचे राज्य टिकवणे हे त्यांचे ध्येय होते. ब्रिटिश राज्यकर्त्यांनी स्वत:च्या सत्तेवर शेकेल या भयाने धर्माच्या नावाखाली चाललेल्या दुष्ट रूढींमध्ये जनतेत असंतोष माजेल असे बदल घडवून आणण्याचे त्यांनी टाळले. याबाबतीत आपले राज्य टिकवण्यासाठी १८५७च्या उठावानंतर ते हस्तक्षेप करायला तयार नसत. त्यामुळे स्त्रियांना शासकीय संरक्षण मिळत नसे. उदा. हरयानातील जाट समाजातील उच्च जातीमध्ये

नवऱ्याच्या मृत्यूनंतर जमिनीची विभागणी होऊ नये म्हणून स्त्रियांना दिराशी लग्न करावे लागे. हा रिवाज इंग्रजांनी कायद्याने पक्का केला. खालच्या जातीत हा रिवाज नव्हता. त्यांच्या स्त्रियांवर हा रिवाज लादला गेला.

स्त्रियांवर होणारे सर्व तऱ्हेचे अन्याय व अत्याचार दूर होण्यासाठी कायदे होण्याबरोबर सामाजिक परिस्थितीत परिवर्तन घडवून आणणे तितकेच महत्त्वाचे आहे. नुसता कायदा कडक करून मूल्यांमध्ये बदल होत नाही. समाजाची बदललेली वैचारिक बैठक व त्यामुळे जनमानसाचा वाढता दबाव हे खरे अस्त्र आहे.

लेनिन यांनी १८९५ सालापासून स्त्रीमुक्तीच्या प्रश्नाकडे लक्ष वेधले. स्त्रियांना कसलेच अधिकार नव्हते. त्या पुरुषांच्या मानाने सतत दुय्यम स्थानावर होत्या. एक माणूस म्हणूनही स्त्रियांना मानवाधिकार नव्हता. सततच्या प्रयत्नाने १९१७च्या समाजवादी क्रांतीच्या वेळी मतदानाचा हक्क कलम २ प्रमाणे सर्व बाबतीत स्त्रियांना समान हक्क व शिक्षणाचा अधिकार हे अनुक्रमे कलम ७ व१४ अन्वये मिळाले. शिवाय कामगार विषयक कायद्यामध्ये स्त्रियांना संरक्षण व सुविधा देण्यासाठी खास कलमे घालण्यात आली.

स्वातंत्र्य मिळाल्यावर स्त्रियांना मतदानाचा हक्क मिळाला. त्याचप्रमाणे कुठल्याही क्षेत्रात स्त्री-पुरुष भेदभाव करण्यास घटनेने बंदी घातली. भारतात कायदेमंडळाच्या कार्यपद्धतीच्या विकासाबरोबरच पुरुषांच्या मताधिकाराचे प्रमाण वाढत गेले. पण भारतीय स्त्रिया या महत्त्वाच्या अधिकारापासून वंचितच होत्या. इ.स. १९१८ मध्ये स्त्रियांना मताचा अधिकार मिळाला. हिंदुस्थानातील पुरुष वर्गाचा मताधिकारही १९१९ च्या सुधारणा कायद्यात विस्तृत झाला.

या सुधारणा कायद्यात स्त्रियांनाही पुरुषांच्या बरोबरीने मतदानाचा अधिकार असावा या मागणीसाठी श्रीमती सरोजिनी नायडू यांनी स्त्रियांचे एक शिष्टमंडळ व्हाईसरॉय यांच्याकडे नेले. १९२१मध्ये प्रथमच मद्रास विधिमंडळाने पुरुषांच्या बरोबरीने स्त्रियांना मताधिकार मिळावा असा ठराव पास केला. इ. स. १९२६पर्यंत भारतातील सर्व कायदेमंडळांनी स्त्रियांना मतदानाचा अधिकार दिला. त्याची पुढची पायरी म्हणून हिंदुस्थान सरकारने त्यांना प्रतिनिधीत्वाचा अधिकार दिला.

या स्वतंत्र भारतात विवाह, घटस्फोट, पोटगी, वारसरहक्क, दत्तक या वैयक्तिक व कौटुंबिक बाबतीतले कायदे धर्मानुसार वेगवेगळे आहेत. या धर्माधिष्ठित कालबाह्य झालेल्या कायद्यांमुळे स्त्रिया असहाय्य होतात.

हिंदु कायद्यानुसार बहुपत्नीत्व हा गुन्हा आहे. पण हा दखलपत्र गुन्हा नसल्यामुळे कायदा कुचकामी ठरतो. मुसलमान समाजात बहुपत्नीत्वाची प्रथा आहे.त्यामुळे एक-पत्नीत्वाचा कायदा स्वीकारण्यास हा समाज तयार नाही. मुसलमान समाजातील

तलाकची पद्धतही वादग्रस्त आहे. एकतर्फी तोंडी तलाक देण्याची पद्धत मुस्लिम राष्ट्रांत नाही. तलाक देण्यापूर्वी पत्नीची संमती आणि न्यायालयाची परवानगी घ्यावी लागते. पण भारतासारख्या धर्मनिरपेक्ष राष्ट्रात तोंडी तलाक ग्राह्य धरला जातो ही दुर्दैवाची बाब आहे. १९३९ सालच्या मुस्लिम विवाह विच्छेद कायद्यानुसार स्त्रियांना घटस्फोटाचा अधिकार देण्यात आलेला आहे.

खास विवाह विषयक कायदा १९५४

विवाहासंदर्भातील खास असा कायदा १९५४ साली तयार करण्यात आला. सर्व भारतीय नागरिक, मग ते कोणत्याही धर्माचे असोत, या कायद्यानुसार विवाह करू शकतात. विवाह नोंदणी कार्यालयात विवाहापूर्वी ३० दिवस अगोदर ही नोटीस द्यावी लागते. या कायद्यानुसार ठरलेल्या अटी पूर्ण होत नसतील तरच हरकत घेता येते. कोणी हरकत घेतली नाही तर नोंदणी अधिकारी विवाह संपन्न करतो. नंतर विवाहाचा दाखला मिळतो. हा लग्न झाल्याचा कायदेशीर पुरावा ठरतो.

हिंदू विवाह कायदा १९५५

ज्याचा धर्म हिंदू आहे त्यांना हा कायदा लागू होतो. दोघांपैकी एक व्यक्ती हिंदू असेल व मुलांना हिंदू पद्धतीने वाढवले असेल तर त्या मुलांना हा कायदा लागू होतो. या कायद्यानुसार कोणत्याही पद्धतीने विवाह केला तरी चालतो, परंतु सप्तपदी मात्र आवश्यक आहे. पवित्र अग्नीभोवती सात फेरे पूर्ण झाल्याशिवाय ह्या कायद्याखाली विवाह पूर्ण होत नाही. परंतु आमच्या समाजात सप्तपदीची चाल नाही असे सिद्ध केल्यास सप्तपदी न करताही विवाह करता येतो.

हिंदु कायद्याखाली विवाहाची नोंदणी ही विवाह नोंदणी कार्यालयात करणे आवश्यक आहे. नोंदणी केली नाही तर विवाह बेकायदेशीर होत नाही पण नंतर दंड भरावा लागतो.

बालविवाह

बालविवाह हा बेकायदेशीर आहे. स्वातंत्र्यपूर्व काळात १८वर्षाखालील मुलगा आणि १४वर्षाखालील मुलगी बालक म्हणून समजण्यात येत होती. १८वर्षावरील मुलगा आणि १४वर्षांवरील मुलगी हे लग्नासाठीचे वय मानले गेले होते. १९४९मध्ये मुलीची वयोमर्यादा १५वर्षे करण्यात आली.१९५८मध्ये या कायद्यात दुरुस्ती करण्यात येऊन लग्नाच्यावेळी मुलाचे वय २१पूर्ण आणि मुलीचे वय १८पूर्ण असले पाहिजे अशी सुधारणा करण्यात आली.

हुंडा प्रतिबंधक कायदा

आपल्या पुरुषप्रधान समाजात मुलीचे लग्न ही एक मोठी समस्या होऊन बसलेली आहे. वास्तविक लग्न हे दोन जिवांचे पवित्र मीलन. दोघांनाही गरज सारखीच तरीही पुरुषश्रेष्ठत्वामुळे लग्नात मुलीकडून हुंडा घेऊन लग्न करण्याची पद्धत सुरू झाली.मुलाचे शिक्षण,त्याची आर्थिक परिस्थिती, त्यांची कमाई यावर त्याच्या हुंड्याची मागणी सतत वाढत जाणारी. सगळ्या गोष्टीत कमतरता असली तरी केवळ मुलगा आहे म्हणून मुलीकडून अवास्तव हुंडा उकळला जातो. पैशाची वा वस्तूंची मागणी आणि ती पूर्ण झाली नाही तर मुलींचा अमानुष छळ. अनेकदा जीवेही मारले जाते किंवा आत्महत्येला प्रवृत्त केले जाते. आपल्या देशात हुंडा या कारणासाठी बळी गेलेल्या निष्पाप मुलींची संख्या फार मोठी आहे.

हे लक्षात घेऊनच १९६१ साली हुंडा प्रतिबंधक कायदा करण्यात आला. हुंडा देणे आणि घेणे या दोन्हीही गोष्टी कायद्याने गुन्हा ठरविण्यात आल्या. हुंडा घेण्याबरोबरच देणारे पालकही गुन्ह्यास पात्र ठरविण्यात आल्यामुळे अशा घटना उघडकीस येण्याची शक्यता दुरावली.१९८४ साली या कायद्यात दुरुस्ती करण्यात आली. २ ऑक्टोबर १९८५ साली हा कायदा अमलात आला. हुंड्याच्या संज्ञेची व्याप्ती वाढवली. हुंड्याची नुसती मागणी केली तरी तो गुन्हा होऊ शकतो. लग्नाच्या संदर्भात दिलेली रक्कम म्हणजे हुंडा असा व्यापक अर्थ ठेवण्यात आला. कमीत कमी ६ महिने ते २वर्षे शिक्षा आणि रु.१०००० दंड अशा शिक्षेची शक्यताही ठेवली गेली. १९८६ साली पुन्हा त्यात दुरूस्ती करण्यात आली. हुंडाबळीचा मृत्यू म्हणून स्वतंत्र गुन्ह्याची नोंद करण्यात आली. विवाहानंतर सात वर्षाच्या आत स्त्रीचा अनैसर्गिक मृत्यू झाल्यास तो दखलपात्र गुन्हा ठरविण्यात आला.

विवाहासंदर्भातील फौजदारी कायदा ४९८अ

सासरच्या छळाला कंटाळून स्त्रियांच्या होणाऱ्या आत्महत्या, हुंड्यापायी बळी जाणाऱ्या स्त्रिया आणि एकूणच सासरी होणारा शारीरिक आणि मानसिक छळ थांबावा यासाठी तातडीची उपायोजना म्हणून महिला संघटनांच्या प्रयत्नांमुळे १९८१ साली भारतीय दंड विधानातील ४९८ या कलमात ४९८ अ ही सुधारणा करण्यात आली. हा फौजदारी कायदा आहे.

सासरी कोणत्याही प्रकारचा छळ होत असेल तर,शारीरिक गंभीर दुखापत केलेली असेल तर, माहेराहून पैसे, वस्तू, दागिने किंवा तत्सम काही मागणीसाठी बळजबरी केली जात असेल तर, लैंगिक जबरदस्ती किंवा अजिबात संबंध न ठेवल्यास, मुलांचा छळ, पालकत्व नाकारणे, विनाकारण संशय घेणे, बळजबरीने घटस्फोटाची मागणी

करणे अशा प्रकारची कोणतीही तक्रार असेल आणि तिला हा छळ असह्य झाला असेल तर ४९८अ या कायद्याखाली तक्रार करता येते. अशा छळाला कंटाळून स्त्रीने आत्महत्या केली असेल किंवा तिचा अनैसर्गिक मृत्यू झाला असेल तर तिचे नातलग या कायद्याचा आधार घेऊन तक्रार करू शकतात.

४९८अ हे फौजदारी कलम आहे. त्यामुळे एकदा तक्रार केली की बाईला ती सहज मागे घेता येत नाही. त्यामुळे बाई जिवंत असेल तर तक्रार जरा विचारपूर्वकच दाखल करावी.

गर्भजल लिंग परीक्षा

ऋग्वेदाच्या काळातील समाज स्त्रियांच्या बाबतीत उदार होता असे म्हटले जात असले तरी त्या काळातही मुलगाच व्हावा अशीच इच्छा व्यक्त केली जात होती. स्त्रीलाही मुलगाच हवा असतो. मुलगी जन्माला आली की आनंदावर विरजण पडते. मुलगी म्हणजे शोकाचे मूळ असे सर्वांना वाटते. मुलीच्या जन्मापासूनच तिच्याकडे आगंतुक व अवांछित अपत्य म्हणून पाहिले जाते.

पुत्र झाला की जणू काही आयुष्य कृतार्थ झाले. पुत्राला जन्म देणे हीच आयुष्याची इतिकर्तव्यता अशीच लोकांची धारणा आहे. वैदिक कालखंडापासून आजपर्यंत त्यात फरक पडलेला नाही. देशाची प्रगती होत आहे. निरनिराळे वैज्ञानिक शोध लावले जात आहेत. आरोग्यसंदर्भातील चिकित्सक शोध लागत आहेत. गर्भजल परीक्षा हा त्यातलाच एक भाग. गर्भातच काही दोष असतील तर ते लगेच लक्षात यावेत यासाठी या शोधाचे स्वागतच आहे. पण गर्भजल परीक्षा करून गर्भाचे लिंग ओळखणे आणि मुलीचा गर्भ असेल तर तो गर्भ लगेच काढून टाकणे ही प्रवृत्ती दिवसेंदिवस वाढतच होती. पुरुषांच्या तुलनेत स्त्रियांचे घटते प्रमाण धोकादायक आहे.

त्यासाठीच स्त्री संघटनांच्या रेट्यामुळे कडक कायदा करणे भाग पडले.

जन्मपूर्व लिंगनिदान प्रतिबंधक कायदा २००३ ला करण्यात आला आहे. गर्भलिंग परीक्षा करणे हा या कायद्यान्वये गुन्हा आहे. अशी परीक्षा करणारे डॉक्टर, करून घेणारी स्त्री,स्त्रीला अशी सक्ती करणाऱ्या सर्व व्यक्ती गुन्हेगार म्हणून त्यांच्यावर कायदेशीर कारवाई होऊ शकते.

बलात्कार

स्त्रीला अत्यंत लाजिरवाणी वाटणारी, स्वत:चे शील भ्रष्ट झाले असे वाटायला लावणारी गोष्ट म्हणजे बलात्कार. बलात्कार म्हणजे स्त्रीच्या इच्छेविरुद्ध, तिची संमती नसताना, बळजबरीने तिच्या शरीराचा घेतलेला उपभोग.

पूर्वीपासून स्त्रियांवर हा अत्याचार होत आलेला आहे. पूर्वी कुटुंबात असणारी विधवा स्त्री ही घरातल्या काही विकृत मनोवृत्तीच्या पुरुषांना आपलीच मालमत्ता वाटायची. झालेली जबरदस्ती बाई कुणाला सांगूही शकत नसे. करणारा नामानिराळा आणि बदनामी आणि अवहेलना बाईच्या वाट्याला. वेळप्रसंगी जीव देण्यावाचून पर्याय नाही अशी अवस्था. अशा कितीतरी निरपराध स्त्रियांना आपले प्राण हकनाक गमवावे लागले आहेत.

स्त्रियांच्या शारीरिक पावित्र्याला दिलेलं अवास्तव महत्त्व, शीलभ्रष्टतेच्या स्त्रियांवरच लादलेल्या कल्पना यामुळे तिची काहीही चूक नसली तरीही समाज तिलाच दोषी समजतो ही खरी शोकांतिका आहे.

ह्यासंदर्भात स्त्रियांना न्याय मिळण्यासाठी १९८३ मध्ये बलात्कारविरोधी कायदा केला आहे. स्त्रीच्या संमतीशिवाय, तिच्या इच्छेविरुद्ध तिला किंवा तिच्या हितसंबंधीयांना इजा करण्याची वा जीवे मारण्याची धमकी देऊन शरीरसंबंध केला तर तो बलात्कार होतो.

स्त्रीचे वय१९वर्षाच्या आत असेल आणि तिची संमती असली तरीही त्या आरोपीवर बलात्काराचा गुन्हा नोंदविला जातो.

सुधारित कायद्यानुसार आरोपीला अमान्य असेल तर बलात्कार केला नाही हे सिद्ध करण्याची जबाबदारी आरोपीवर आलेली आहे.

बलात्कार करणाऱ्याला कमीतकमी ७ वर्षांची सक्त मजुरीची व दंडाची शिक्षा होते. परंतु बलात्कार जर पोलिस किंवा लोकप्रतिनिधींनी, तसेच इस्पितळातील अधिकाऱ्यांनी, तसेच सामूहिकरीत्या केला असेल तर मात्र जन्मठेपेची किंवा कमीतकमी दहा वर्षे सक्त मजुरीची व दंडाची शिक्षा होते.

घटस्फोट

हिंदू विवाह कायदा सन १९५५ मध्ये अस्तित्वात आला. त्याआधी घटस्फोटाच्या बाबतीत भारतात सर्वत्र एक कायदा नव्हता. विवाह विच्छेदन कधी व कोणत्या परिस्थितीत करावे याबाबतीत अनेक ठिकाणी मतभिन्नता होती. म्हणून भारतातील सर्व हिंदूंना लागू होणारा एक कायदा असावा या हेतूने हिंदू विवाह कायदा केला गेला. हा कायदा फक्त हिंदूनाच लागू आहे. हा कायदा मुस्लिम, पारशी, ख्रिश्चन व ज्यू धर्मियांना लागू होत नाही.

विवाहानंतर सर्वसाधारणपणे सुखाने संसार व्हावा अशी अपेक्षा असते.परंतु संसार सुरळीत झाला नाही तर अशा विवाहबंधनातून मोकळे होण्याची कायद्याने तरतूद

केलेली आहे. वास्तविक विवाहाला एक वर्ष पूर्ण होईपर्यंत कोर्टाकडे दाद मागता येत नाही. पण अमानुष छळ होत असेल किंवा अनन्यसाधारण परिस्थितीत न्यायालयाच्या परवानगीने एक वर्षाच्या आतही कोर्टात अर्ज दाखल करता येतो.

विवाहानंतर पती-पत्नीना एकमेकांविरुद्ध काही हक्क प्राप्त होतात. त्यापैकी सर्वात महत्त्वाचा हक्क म्हणजे एकमेकांचा सहवास लाभणे. म्हणजेच पती-पत्नीला एकमेकांबरोबर राहण्याचा अधिकार आहे. काहीही सबळ कारण नसताना पतीने पत्नीला अथवा पत्नीने पतीला सोडले असल्यास त्याविरुद्ध कायदेशीर कारवाई करता येते. एकमेकांबरोबर पुढील आयुष्य जगणे अशक्य झाले असल्यास नवरा वा बायकोस न्यायालयाकडून घटस्फोट मिळवता येतो. पुढील कारणासाठी घटस्फोट मागता येतो. विवाहबंधनात असताना व्यक्तीने व्यभिचार केला तर,शारीरिक आणि मानसिक छळ वा क्रूर वागणूक, पती नपुंसक असल्यास घटस्फोट मिळू शकतो. बायकोला टाकून देणे, विचारपूस न करणे अशावेळी पत्नीला घटस्फोट मिळू शकतो. मानसिक आजार, कुष्ठरोग, गुप्तरोग, संसर्गजन्य रोग इत्यादी रोग असेल तरीही घटस्फोट मिळू शकतो.

१९७६मध्ये या कायद्यात महत्त्वाचा बदल करण्यात आला.

पोटगी

दोघांनाही एकत्र संसार करण्याची अजिबात इच्छा नसेल तर सहसंमतीने घटस्फोट अर्ज दाखल करता येतो. असा घटस्फोट सहा महिन्यात मिळू शकतो. बेजबाबदार-पणाने बायकोला टाकून देण्याचे प्रकार नित्य बघायला मिळतात. बायका मुकाट्याने हे सहन करतात. परंतु कायद्याने नवऱ्याने बायको आणि मुलांचे पालन पोषण करणे हे त्याचे कर्तव्य आहे. त्यासाठी जर नवरा सांभाळत नसेल तर त्याच्याकडून पोटगी मागण्याचा बायकोला हक्क आहे.

विवाह कायद्याखाली पोटगी देताना नवऱ्याचे मासिक उत्पन्न,त्याची स्थावर जंगम मालमत्ता याचाही विचार केला जातो. कोणाही आर्थिक दृष्टीने दुर्बल, विभक्त स्त्रीला पोटगी मागण्याचा हक्क आहे. घटस्फोट न घेताही विभक्त राहत असलेल्या स्त्रीला नवऱ्याकडून पोटगी मागता येते. विधवा सुनेला सासऱ्याकडून पोटगी मागता येते. अविवाहित मुलीला आई-वडिलांकडून पोटगी मागता येते. मुलगी कमवती असेल तर तिचे लग्न झाल्यावरही गरज असल्यास वृद्ध आईवडिलांचे पालन पोषण करण्याची तिची जबाबदारी आहे.

मुलांचा ताबा

आईवडिल विभक्त राहत असतील तर ५ वर्षांपर्यंच्या मुलांचा ताबा देण्याचा निर्णय न्यायालय देते. मुले आईकडे असतील तर त्यांचीही पोटगी वडिलांना द्यावी लागते.

कौटुंबिक छळापासून स्त्रियांच्या संरक्षणाचा कायदा

एखाद्या कुटुंबातील स्त्रीचा अनैसर्गिक मृत्यू झाला असेल किंवा तिला सासरच्या माणसांनी छळवणूक करून आत्महत्येला प्रवृत्त केले असेल तर किंवा सासरघरी कुटुंबामध्ये स्त्रीचा अनन्वित छळ होत असेल, शारीरिक आणि मानसिक त्रास असेल तर त्याविरुद्ध दाद मागण्यासाठी ४९८अ हा फौजदारी स्वरूपाचा कायदा आहेच. पण या कायद्याखाली केस दाखल केल्यानंतर छळापासून संरक्षण मिळाले तरी स्त्रीला इतर अनेक समस्यांना तोंड द्यावे लागते. तिला तिचे हक्क मिळवण्यात अडचणी येतात. त्यासाठी एक वेगळा कायदा असण्याची गरज होती.

लोकशाही प्रक्रियेतून, लोकसहभागातून आणि अनेक वर्षे स्त्री चळवळीने केलेल्या मागणीच्या रेट्यातून कौटुंबिक छळापासून स्त्रीच्या संरक्षणाचा कायदा पुढे आला. हा कायदा १२ सप्टेंबर २००५ रोजी भारतात संमत झाला आणि २६ऑक्टोबर २००६ रोजी सर्वत्र अमलात आला. हा दिवाणी स्वरूपाचा कायदा आहे. या कायद्यान्वये ज्या स्त्रियांवर अत्याचार होतोय अशा सर्व स्त्रियांना न्याय मिळण्याची शक्यता निर्माण झाली आहे. रक्ताच्या किंवा विवाह झाल्यामुळे निर्माण झालेल्या नातेसंबंधातील कोणत्याही व्यक्तीपासून होणाऱ्या त्रासापासून संरक्षण मिळण्याची तरतूद या कायद्यात केलेली आहे. लहान मुलींपासून वृद्ध स्त्रियांपर्यंत कोणालाही न्याय मिळण्यासाठी या कायद्याचा आधार घेता येईल. समस्येसंदर्भात निराकरणासाठी तिच्यापुढे विविध पर्यायही उपलब्ध असतील. कुटुंबातील कोणत्याही स्त्रीला बेघर व्हावे लागणार नाही. तिला घरात राहण्याचा अधिकार असेल.

या कायद्याचा मुख्य हेतू वेगवेगळ्या न्यायालयीन आदेशातून स्त्रीचे छळापासून संरक्षण करणे हा आहे. न्यायालयाने दिलेले आदेश न पाळणाऱ्याला शिक्षा होऊ शकते. स्त्रीला समानतेने, सन्मानाने, शांततेने, प्रतिष्ठेने, हिंसामुक्त जीवन जगण्याचा या कायद्यान्वये अधिकार मिळाला आहे.

सुरक्षा आदेश–

या कायद्यान्वये अन्यायग्रस्त स्त्रीसंदर्भात न्यायालय काही आदेश जारी करू शकते. सुरक्षा आदेश–कोणत्याही प्रकारचा कौटुंबिक छळ, अशा कृत्यास मदत वा

प्रवृत्त करण्यास प्रतिबंध करणे, कामाच्या ठिकाणी, नोकरीच्या ठिकाणी अन्याय करणाऱ्यास जाण्यास वा त्या ठिकाणी त्रास देण्याच्या उद्देशाने संवाद साधण्यास सक्त मनाई करणे, स्त्रीचे अन्य नातलग किंवा तिच्यावर अवलंबून असणाऱ्या व्यक्तींचा छळ करण्यास मनाई करणे अशा प्रकारचे आदेश न्यायालय देऊ शकेल.

घरात राहण्याचा आदेश–

स्त्रीला घरातून बाहेर काढण्यास मनाई करणे, स्त्रीला घरावरील हक्क सोडायला लावण्यास मनाई करणे, परिस्थितीप्रमाणे अन्यायपीडित स्त्रीची पर्यायी राहण्याची व्यवस्था करणे, हिंसा करणाऱ्या व्यक्तीकडून हिंसा करणार नाही असे हमीपत्र लिहून घेणे, गरज पडल्यास मदत द्यावी असा आदेश पोलिसांना देणे, आदेशाच्या अंमलबजावणीसाठी मदत करणे, स्त्रीधन परत करण्याचा आदेश देणे इ. स्वरूपाचे आदेश न्यायालय देऊ शकते.

आर्थिक मदतीचा आदेश –

आर्थिक मदतीची गरज असलेल्या स्त्रीला आर्थिक सहाय्य करणे, पोटगी वा योग्य मोबदला देण्याचा आदेश देणे, या आदेशाचे पालन केले नाही तर परस्पर पगारातून तशी रक्कम वजा करून स्त्रीला देण्याचा अधिकार न्यायालयास आहे. न्यायालय तसा आदेश त्या व्यक्तीच्या कामाच्या ठिकाणी देऊ शकते.

जर कुटुंबातला एक सभासद आपल्या पैशाच्या जोरावर वरचढपणा करीत असेल तर त्याचा अर्थ असा की, कुटुंबाचे उत्पन्न खऱ्या अर्थाने सामाजिक झालेले नाही उलट कुटुंबाच्या विघटनाचेच हे लक्षण आहे. कारण ह्या कौटुंबिक जीवनाचा पाया परस्पर प्रेम व जिव्हाळा हा नसून कुटुंबाच्या नावाखाली दडलेला व्यक्तिगत स्वार्थ हा आहे. अगदी हीच गोष्ट वृद्ध आई –वडिलांचे पालन पोषण करणाऱ्या मुलामुलींच्या अरेरावी वर्तनात दिसून येते.

– फेड्रिक एंगल्स

६. राजकीय सहभाग

शिवकाल

प्राचीन काळापासून ज्या स्त्रियांना राजकारणात भाग घेण्याची संधी मिळाली त्यांनी राजकारणात आपला ठसा उमटवला.

महाराष्ट्राच्या इतिहासात शककर्ता शालिवाहन याची आई गौतमी यांचे किंवा चांदबिबीसारख्या मोजक्याच स्त्री राज्यकर्त्यांची नावे आढळून येतात. मध्ययुगीन मराठी समाजात स्त्रियांच्या कर्तृत्वाला मान दिल्याचे आढळून येते. महाराष्ट्रात राजकीय धुरंधर स्त्रियांच्या परंपरेला जिजाबाईपासूनच सुरुवात होते.जिजाबाईंनी शिवाजीला घडविले. राज्यकारभारात जिजाबाई कुशल होती. शिवाजी आम्र्याला औरंगजेबाच्या कैदेत असताना जिजाबाईंनी राज्याची सर्व जबाबदारी सांभाळली. शिवाजीच्या सुना येसूबाई व ताराबाई यांनी मराठ्यांचे राज्य सावरून धरले. तर ताराबाई मुत्सद्देगिरीत अग्रेसर होत्या. औरंगजेबाचे मनोरथ त्यांनी हाणून पाडले. ताराबाईंनीच मराठ्यांची दृष्टी दिल्लीपर्यंत पोहोचविली. मराठ्यांच्या भावी राज्यविस्ताराचा पाया घातला. आपले राजकारणातले कसब त्यांनी दाखवून दिले.

पेशवाई –

पेशवाईच्या काळातही राजकारणात विद्वान स्त्रिया होत्या. पेशव्यांची पहिल्या दर्जाची सरदारकी त्यांनी सांभाळली. अनुबाई घोरपडे यांनी अज्ञान मुलांच्या नावे जहागिरीचा कारभार बघितला. उमाबाई खंडेराव दाभाडे यांनी गुजरातमध्ये मराठा सत्तेला स्थैर्य प्राप्त करून दिले. अहल्याबाई होळकर याही कर्तृत्ववान होत्या. स्वत:च्या राज्याबरोबरच उत्तरेकडील मराठी राज्याची जबाबदारी त्यांनी सांभाळली. अहल्याबाईंचे सासरे मल्हारराव होळकर यांनी सुनेच्या कर्तृत्वाची पारख करुन सर्व पुरुष वारसदार बाजूला करून अहल्याबाईवर राज्याची जबाबदारी सोपवली. मल्हारराव होळकरांनी आपल्या सुनेवर राज्याची जबाबदारी सोपवून स्त्रीजातीचाच बहुमान केला आहे.

१९ व्या शतकाच्या पूर्वार्धात मराठ्यांचे राज्य लयाला गेले. इंग्रजांनी सत्ता काबीज केली. याच काळात झाशीची राणी लक्ष्मीबाई हिने मोठ्या धैर्याने इंग्रजी

सत्तेला आव्हान दिले. स्वत:च्या छोट्या दत्तक मुलाच्या नावाने राज्य कारभार केला. आपले गेलेले स्वातंत्र्य परत मिळविण्यासाठी ती प्राणपणाने लढली.

नागपूरच्या बाकाबाई भोसले, ग्वाल्हेरच्या बायजाबाई शिंदे, कोल्हापूरच्या ताईसाहेब राणीसरकार यांनीही राज्याची धुरा सांभाळली.

ब्रिटिशकाळ

व्यापारासाठी म्हणून आलेल्या इंग्रजांनी भारतावर पूर्णपणे कब्जा केला.ते प्लासीच्या लढाईनंतर भारतात सत्ताधारी शक्ती म्हणून स्थिरावले. इंग्रजी राजवटीच्या आक्रमणाने भारतीय अर्थव्यवस्थेचा पाया ढासळला. जनतेमध्ये स्वातंत्र्याचे वारे वाहू लागले. देश स्वतंत्र करण्यासाठी अनेक मंडळी पुढे सरसावली. स्वातंत्र्यासाठी निकराचा लढा सुरू झाला.

ह्या काळात समाजसुधारक स्त्री-पुरुषांनी स्त्रियांच्यामध्ये सामाजिक जागृती केली. या स्वातंत्र्यलढ्यात भाग घेण्यासाठी देशप्रेमाने प्रेरित होऊन अनेक महिलांनी सक्रिय भाग घेतला.स्वदेशी, बहिष्कार, सत्याग्रह, चळवळ या गोष्टी थेट चुलीपर्यंत पोचल्या होत्या. राजकीय कार्यात अनेक महिला स्वेच्छेने उतरल्या. म.गांधींनी स्त्रीवर्गातली कार्य करण्याची शक्ती जागृत केली.स्त्रियांच्या शक्तीचा व संघटनेचा ओघ राष्ट्रकार्याकडे वळवावा म्हणून मुंबई येथे २७/११/१९१८ ला हिंद महिला सभेची स्थापना केली. स्त्रियांना राजकारणाची माहिती व्हावी व स्वातंत्र्य लढ्याचे महत्त्व पटावे या उद्देशाने अशा प्रकारच्या अनेक संस्था स्थापन झाल्या.

इ.स.१९०५ मध्ये क्रांतिवीर बाबासाहेब सावरकर यांच्या प्रेरणेने व मार्गदर्शनाखाली नाशिक येथे 'आत्मनिष्ठ युवती मंच' स्थापन झाला होता.

रमाबाई रानडे, यशोदाबाई भट, येसूवहिनी सावरकर, पारूबाई दास्ताने, पार्वतीबाई ठकार इ. स्त्रियांनी आपल्या पतीच्या साहाय्याने स्त्रीवर्गात राजकीय जागृतीचे कार्य केले. पद्मावती हरोलीकर (पूर्वाश्रमीच्या सत्यभामा कुवळेकर) यांनी आनंदीबाई जोगळेकर यांच्या साहाय्याने सूत कमिटी नावाची संस्था स्थापन केली.

१९३० मध्ये संपूर्ण स्वातंत्र्याचा ठराव वाचल्याबद्दल त्यांना २ वर्षे सक्तमजुरीची शिक्षा झाली. स्त्रियांना चळवळीत ओढण्यासाठी त्यांनी 'राष्ट्रीय युवती मंच' स्थापन केला.

१९२० पासून स्त्रिया स्वातंत्र्याच्या चळवळीत उतरू लागल्या. राजकीय सभा, प्रभात फेऱ्या, सत्याग्रह, निदर्शने यात सहभागी होऊ लागल्या. चळवळीत भाग घेण्यासाठी सर्वसामान्य स्त्रियांना घरात मोठ्या प्रमाणावर बंडखोरी करावी लागली.

१९२० ते १९३० या दशकातील महिलांनी विधायक कार्यक्रमात आपण मागे नाही हे सर्व प्रकारच्या कार्यक्रमांत यशस्वीरीत्या भाग घेऊन सिद्ध केले.

याच काळात स्त्रियांच्या मध्ये झालेल्या प्रचंड जागृतीची परिणती महाराष्ट्रभर ज्या स्त्री संघटना स्थापन झाल्या त्यातून दिसून येते. जरी जागृती झाली असली तरीही प्रभातफेऱ्या, निदर्शने, निषेधसभा अशा प्रासंगिक कार्यक्रमांना मोठ्या संख्येने महिला उपस्थित राहिल्या तरी प्रसंग संपला की त्या आपापल्या संसाराला लागत.

राजकीय कार्य हे त्यांचे ध्येय नव्हते. तरी देशाच्या स्वातंत्र्याची त्यांना तळमळ होती. महाराष्ट्रातील स्त्रियांची राजकीय जीवनातील भागीदारीही मिरवणुका,मोर्चे निदर्शने, सभांतून भाषणे करणे व विधायक कार्यक्रमांत सहभागी होणे अशी होती. अशा सहभागानंतर त्या पुनश्च संसारात रममाण होत असत. चळवळीच्या दैनंदिन कार्यात फार थोड्या स्त्रिया टिकून राहिल्या. त्यांनी नंतर विविध आंदोलनांत सक्रिय सहभाग घेतला. स्वातंत्र्योत्तर काळात पक्ष, कायदेमंडळ, स्थानिक स्वराज्य संस्था, कामगार चळवळ यातून त्यांचे अस्तित्व जाणवते. महिलांच्या अनेक संस्था संघटनातून स्त्रियांनी संघटितरित्या विधायक कार्य केले. पण त्याचबरोबर आणखी काही क्षेत्रेही स्वत:साठी खुली करून घेतली. नगरपालिका, महानगरपालिका, स्थानिक स्वराज्य संस्था, विधिमंडळ यात प्रवेश मिळवला विविध क्षेत्रांत महिलांचे नेतृत्व पुढे आले.

अवंतिकाबाई गोखले, मालिनी सुखटणकर यांनी मुंबई महानगरपालिकेची तर मधुमालती गुणे यांनी पुणे नगरपालिकेची निवडणूक लढवून स्थानिक स्वराज्य संस्थांत प्रवेश केला. १९३७ साली झालेल्या विधिमंडळाच्या निवडणुकीत अन्नपूर्णाबाई देशमुख, लक्ष्मीबाई ठुसे निवडून आल्या.

१९४२ ते १९४७ ह्या कालखंडात भारतीय स्त्रीने विविध मार्गांनी चळवळीची ज्योत अखंड तेवत ठेवली. १९४६ साली हिंदी स्वातंत्र्याचा कायदा पास झाला. व निवडणुका आल्या. कोल्हापूर संस्थानातून इंदिराबाई देशपांडे अविरोध निवडून आल्या.

लोकशाही राज्य व्यवस्थेत पक्षाचे स्थान निर्विवाद असते. राजकीय जीवनात प्रवेश करण्याचे ते एक महत्त्वाचे साधन असते.राजकीय पक्षाचे महत्त्व स्वातंत्र्य चळवळीत भाग घेतलेल्या स्त्रियांच्या लक्षात आले. कोणतेही कार्य यशस्वी करण्यासाठी आणि लोककल्याणाची कामे सरकारकडून करवून घेण्यासाठी राजकीय पक्षाची कास धरावीच लागते. हे लक्षात आल्यावर आपल्याला जी विचारसरणी पटते ती विचारसरणी राबवणाऱ्या पक्षाच्या स्त्रिया सभासद होऊ लागल्या.

महाराष्ट्रात सर्वच पक्षांत स्त्री सभासदांचे प्रमाण कमी आहे. काँग्रेस पक्षात त्या मानाने ते अधिक आहे. तरीही नि:स्वार्थी वृत्ती, तळमळ, निष्ठा असे गुण जोपासून

खऱ्या अर्थाने ज्यांना पक्ष कार्यकर्ता म्हणता येईल अशा कार्यकर्त्यांची संख्या मात्र कमीच आहे.

राजकीय पक्षांच्या स्त्री कार्यकर्त्यांना पक्षाने सामाजिक व राजकीय अशा दोन्ही प्रकारच्या प्रश्नावर भर द्यावा असे वाटते. स्त्रिया बौद्धिक दृष्टीने कमी पडत नाहीत पण स्त्री म्हणून तिच्यावर पडणाऱ्या मर्यादांमुळे त्या पुरुषांच्या मागे पडतात.

चारित्र्यहनन, उखाळ्या-पाखाळ्या, हेवेदावे अशा गोष्टी पक्षात चालतातच. निर्णयाच्या प्रक्रियेत स्त्रियांना सहभाग घेण्याची संधी क्वचितच मिळते. राजकारणातील गढूळ वातावरणामुळे स्त्रिया राजकारणापासून दूर राहू इच्छितात. इतर क्षेत्रात आघाडीवर दिसणारी मराठी स्त्री राजकीय पक्षापासून दूर राहते. आणि जीवनदर्शी चळवळीशिवाय ती राजकीय क्षेत्रात उतरत नाही. निवडणुकांच्या वेळी स्त्रियांना राबवून घेतले जाते आणि नंतर पद्धतशीरपणे बाजूलाही सारले जाते.

१९४७ नंतर स्त्रियांनी इतर क्षेत्रांप्रमाणेच विधिमंडळाच्या क्षेत्रातही पदार्पण केले. नवीन विधिमंडळे अस्तित्वात आली. यातही महिला उमेदवार म्हणून उभ्या राहिल्या. आणि त्या पैकी सात निवडूनही आल्या. या सात महिला सदस्यांमध्ये सुमती गोरे व ताराबाई मोडक या महाराष्ट्रातील दोन प्रसिद्ध शिक्षणतज्ज्ञ होत्या.

विधान परिषदेवर स्त्रियांची निवड होत होती. नेमणूक केली जात होती.पण स्त्रियांनी विधानसभेत फारसा सक्रिय सहभाग घेतल्याचे दिसत नाही. परंतु मृणाल गोरे यांचे विधानसभेतील कार्य मात्र लक्षणीय म्हणावे लागेल.

मृणाल गोरे यांनी आपल्या विधानसभेतील कार्याने स्त्री आमदारांना आणि पुरुष आमदारांनाही एक आदर्श घालून दिला. विरोधी पक्षातील सदस्यांची विधानसभेतील भूमिका कोणती ते आपल्या वर्तनाने शिकविले. त्या प्रत्येक प्रश्न तळमळीने मांडून त्याचा पाठपुरावा करीत असत. स्थगन प्रस्ताव व कपात सूचना यांच्या सूचना देणाऱ्या (५व्या विधानसभेपर्यंत) त्या एकमेव महिला आमदार होत्या. निर्मलाताई ठोकळ यांचेही विधानसभेतील कार्य उल्लेखनीय आहे. त्यांनी आपल्या मतदार संघातील प्रश्नांचा विधानसभेत केलेला पाठपुरावा लक्षणीय आहे. राज्यसभा हे संसदेचे वरिष्ठ सभागृह आहे. त्यात एकूण २५० सभासद असावेत असे घटनेने ठरवून दिलेले आहे.राज्य विधानसभा आपल्या राज्याच्या लोकसंख्येच्या प्रमाणात प्रतिनिधी निवडून पाठवतात. त्या शिवाय राष्ट्रपती १२ जागांवर कला, वाङ्मय व मानव जातीची सेवा करणाऱ्या लोकांची नियुक्ती करतात. १९५६ ते १९६२ पर्यंतच्या काळात महाराष्ट्रातील एकही महिला प्रतिनिधी राज्यसभेवर निर्वाचित अगर नियुक्त झाली नव्हती. लोकसभेमध्ये ज्याप्रमाणे हाताच्या बोटावर मोजण्या इतक्या मराठी स्त्रिया खासदार झाल्या. तीच परिस्थिती राज्यसभेतील स्त्री खासदारांची होती.

निवडणुकीच्या तिकिटाच्या निवड समितीवर पुरुषांचे वर्चस्व असते. पक्षातील राजकीय हितसंबंध सांभाळण्यासाठी, तिथे योग्य अशी स्त्री उमेदवार असली तरीही तिला डावलून पुरुषांना तिकिटे दिली जातात. विरोधी पक्षाकडे स्त्री कार्यकर्ते कमी असतात त्यामुळे स्त्रियांना तिकिटे देण्यात अडचण येते असं एक सोयीस्कर कारण सांगितले जाते. या पार्श्वभूमीमुळे १९५२ ते १९७७ पर्यंत लोकसभेवर फक्त १० मराठी भाषिक भगिनी व राज्यसभेवर ५ मराठी भाषिक भगिनी सदस्य बनू शकल्या. संसदेच्या दोन्ही सभागृहांतील निर्वाचित व नियुक्त महिला खासदारांनी केलेल्या कार्याचा परामर्श घेतल्यावर असे आढळून येते की, प्रश्न व उपप्रश्न उपस्थित करणे, विधेयके व अर्थसंकल्पातील चर्चेत भाग घेणे या बाबतीत त्यांचा सहभाग कौतुकास्पद आहे. २-३ अपवाद वगळता महिला खासदारांचे स्वत:चे ज्ञान, उच्चशिक्षण, वक्तृत्व इ. गुण जमेचे होते. राज्यसभेचे अध्यक्षपद अनेक बैठकीच्या वेळी स्वीकारून ताराबाई यांनी स्पृहणीय कामगिरी केलेली आहे. संसदीय कार्यपद्धतीत महाराष्ट्रातील स्त्रिया मागे नव्हत्या. सभागृहातील त्यांची उपस्थिती, त्यांची आपल्या कार्याविषयीची आस्था, त्यांनी विचारलेले पुरवणी प्रश्न, त्यांच्या अभ्यासाची साक्ष देतात. काही स्त्रियांची महत्त्वाच्या समित्यांवर झालेली नेमणूक त्यांच्या कार्यतत्परतेची ग्वाही देते.

महाराष्ट्रातील महिला आमदार –खासदारांच्या कार्याच्या विश्लेषणावरून असे वाटते की, मराठ्यांच्या इतिहासातील राजकारणात भाग घेणाऱ्या स्त्रियांची परंपरा त्यांनी राखली आहे.

अनेक वर्षांच्या प्रयत्नानंतर का होईना, पण स्त्री– पुरुष समानता हा विचार सर्वसाधारणपणे सर्वांना पटणारा आहे. स्वातंत्र्य, समता आणि बंधुत्व हा संदेश अठराव्या शतकाच्या फ्रेंच राज्यक्रांतीने दिला. जगातील जनतेने त्यापासून स्फूर्ती घेतली आणि गुलामीच्या साखळ्या तोडायला सुरुवात केली. गुलामीविरुद्ध झालेल्या लढ्यात स्वातंत्र्य लढ्यात, पुरुषांच्या बरोबरीने स्त्रियांनी सहभाग घेतला. त्यामुळे स्त्रियांचा आत्मविश्वास वाढला. त्यांना आत्मसामर्थ्याची जाणीव होऊ लागली. पुरुषप्रधान समाजरचनेने स्त्रियांना कायम दुय्यम स्थान दिलेआहे. कौटुंबिक जबाबदारी आणि कामे स्त्रियांची तर संपत्ती, संचय उत्पादन व संरक्षण ही कामे पुरुषांची अशी लिंगभेदावर आधारित श्रमविभागणी होती. कौटुंबिक कामे ही उत्पादक कामे मानली जात नाहीत, ती स्त्रियांची कर्तव्ये असतात. पण अर्थार्जनामुळे प्रमुखत्व सहजरीत्या पुरुषांच्या हाती गेले आणि स्त्रीकडे दुय्यमत्व आले.

स्त्रिया कोणत्याही धर्माच्या, जातीच्या किंवा कोणत्याही वर्गाच्या असल्या तरी त्या पुरुषी वर्चस्वाच्या बळी आहेत. त्यांच्या लैंगिकतेवर, जननक्षमतेवर, श्रमावर इतकंच

नाही तर त्यांच्या मनावरही पुरुषांचा ताबा असतो. कुटुंबातच नाही तर समाजातही तिची दडपणूक होते. तिचे शोषण केले जाते.

स्त्रीची दुर्बलता ही नैसर्गिक नसून अशा शोषणामुळे ती आलेली आहे. तिची दडपणूक करून तिच्यावर दुर्बलता लादली गेली आहे. सातत्याने हे लादलं जात असल्यामुळे तिच्यातील क्षमताही तिला कळेनाशा झाल्या अशी तिची अवस्था झाली.

अशा शोषणाविरुद्ध राजा राममोहन रॉय, म. जोतिबा फुले, आगरकर, म.गांधी, डॉ. बाबासाहेब आंबेडकर अशा कितीतरी समाजसुधारणावादी पुरुषांनीच खरा आवाज उठवला. त्यांच्या प्रयत्नाने स्त्रियांवरील अत्याचाराला वाचा फुटली. स्त्रियांमध्ये जागृती निर्माण झाली. स्वरस्वातंत्र्याचा अधिकार प्राप्त व्हावा म्हणून तिचा झगडा सुरू झाला. वैयक्तिक कौटुंबिक पातळीवर आत्मसन्मान मिळवण्याचा प्रयत्नाबरोबरच धार्मिक, सामाजिक, शैक्षणिक, आर्थिक, राजकीय सर्वच पातळ्यांवर तिला फार मोठा संघर्ष करावा लागत आहे. निर्णयस्वातंत्र्य मिळवण्यासाठी प्रयत्नांची पराकाष्ठा करावी लागत आहे. पुरुषप्रधान रचनेशी सतत सामना करावा लागत आहे. अन्याय आणि अत्याचार नशिबाचा भोग समजून अश्रू ढाळण्यापलीकडे तिच्या हाती काहीच नव्हते. आता तिला थोडाफार आधार मिळायला लागला आहे.

सुरुवातीला समाजसुधारकांच्या प्रयत्नामुळे स्त्रीप्रश्न समाजासमोर यायला लागले. शिक्षणाची दार किलकिली होत होत खुली होत गेली. तिच्या मनावरचे जाचक संस्कार हळूहळू डळमळीत व्हायला लागले. कौटुंबिक जबाबदाऱ्या पार पाडत असतानाच तिच्यात निर्माण झालेल्या स्वच्या जाणिवेमुळे बदलाला सुरुवात झाली.

स्त्रियांना स्वतंत्र व्यक्ती म्हणून, एक स्वतंत्र माणूस म्हणून पुरुषांच्या बरोबरीने हक्क आहे याची जाणीव झाल्यामुळे असा हक्क मिळविण्यासाठी तिची धडपड सुरू झाली. यासाठी प्रयत्न करणाऱ्या स्त्री संघटना स्थापन झाल्या. या स्त्री संघटनांनी गुलामगिरीतून, अत्याचारातून स्त्रियांना मुक्त करण्याचे कार्य हाती घेतले. असाहायतेमुळे गप्प झालेल्या स्त्रियांना आश्वासनात्मक आधार देऊन बोलतं केलं.

स्त्री आणि पुरुष यांच्यामध्ये नैसर्गिक शारीरिक फरक आहे. पुरुषाची शारीरिक ताकद जास्त आहे पण स्त्रियांमध्ये सोशिकता आणि चिवटपणा अधिक आहे. बाकी फारसा फरक नाही. तरीही स्त्रिया आणि शूद्रातिशूद्र यांना शिक्षणाचा अधिकार नव्हता. त्या काळात म. जोतिबा फुले आणि सावित्रीबाई फुले यांनी समाजाचा कडवा रोष आणि अवहेलना पचवून स्त्रीशिक्षणाचा पाया घातला. समाजाला एक आदर्श घालून दिला.

मुलींसाठी शाळा सुरू करणारे पहिले भारतीय म. जोतिबा फुले आणि सावित्रीबाई या पहिल्या भारतीय शिक्षिका आहेत. फुले दांपत्याचे शिक्षण व सामाजिक क्रांतीचे फळ आज स्पष्टपणे दिसत आहे.

युनेस्कोने आपल्या घटनेतच लिंग, जात, धर्म, आर्थिक, सामाजिक परिस्थिती असा कोणताही भेद न करता सर्वांना समान शिक्षण मिळायला हवे असे म्हटले आहे. शिक्षण हा मूलभूत हक्क असल्याचे जागतिक पातळीवर मानण्यात आलेले आहे. भारतीय राज्यघटनेने आपल्या मार्गदर्शक तत्त्वांमध्ये २००२मध्ये ८६वी घटनादुरुस्ती करून ६ते१४ वयोगटातील मुलांच्या मोफत व सक्तीच्या शिक्षणाचा कायदा करण्यात आला.

स्त्रियांना शिक्षणाची दारे खुली झाल्यामुळे स्त्रियाही शिक्षण घेऊ लागल्या. परंतु अजूनही देशात मुलांच्या शिक्षणापेक्षा मुलींच्या शिक्षणाची स्थिती अधिक बिकट आहे. अनुसूचित जातीतील, भटके वर्ग, आर्थिक मागास, अल्पसंख्याक यांच्यासह मुलींच्या शिक्षणाची स्थिती दयनीय आहे.

शहरी भागातील स्त्रियांना शिक्षणाची जास्त संधी मिळाली. शहरी मुलीच उच्च शिक्षणात पुढे आहेत व्यावसायिक अभ्यासक्रमाकडे शहरी भागातील मुलींना पाठवले जाते. सर्वसामान्य पालक अजूनही खर्चिक अभ्यासक्रमाच्या शिक्षणासाठी मुलींना पाठविण्यास धजावत नाहीत. पण ग्रामीण स्त्रियाही शक्य असेल तेवढे शिक्षण घेण्याचा प्रयत्न करताना दिसू लागल्या आहेत.

अतिशय प्रतिकूल परिस्थितीत आनंदीबाई जोशी या पहिल्या महिला डॉक्टर झाल्या. वैद्यकीय क्षेत्रातही आज अतिशय नामवंत, तज्ज्ञ स्त्रिया पुढे आलेल्या आहेत.. बौद्धिकदृष्ट्या स्त्री-पुरुषांची कुवत सारखीच असल्याचे सिद्ध झाले आहे. आपल्या बुद्धिमत्तेच्या जोरावर अंगणवाडी कार्यकर्तीपासून ते अगदी पंतप्रधानपद, राष्ट्रपतीपदापर्यंत स्त्रियांनी यशाचे शिखर गाठलेले आहे.

आधुनिक वैद्यकशास्त्रीय शोधामुळे संतती नियमन करणे शक्य झाले. त्यासाठी आवश्यक ते समाजमनही तयार झाले. त्यामुळे स्त्रियांवरील बालसंगोपनाचा भागही थोडाफार कमी झाला. यांत्रिक युग सुरू झाल्यापासून शारीरिक शक्तीचे महत्त्व कमी व्हायला लागले. स्त्रियांसाठी विविध क्षेत्रांतील रोजगाराच्या संधी उपलब्ध झाल्या. आवश्यकतेसाठी स्त्रिया नोकरी वा व्यवसाय करू लागल्या. अर्थार्जनामुळे त्यांच्यात वेगळा आत्मविश्वास निर्माण झाला. करिअरसाठी प्रयत्न करण्यासाठी जिद्द वाढीस लागली.

डॉ. युनूस यांच्या दूरदृष्टी व बुद्धिकौशल्यामुळे आणि धोरणामुळे बचत गटाचं माध्यम स्त्रियांना आत्मनिर्भर करायला आणि स्वतःच्या पायावर उभं राहायला उपलब्ध झालेले आहे. त्यामुळे अर्थकारणातही स्त्रियांचा सहभाग वाढायला लागला आहे. स्वबळावर छोटेमोठे व्यवसाय करण्यापासून ते अगदी पतपेढी उभी करण्यापर्यंत बचत गटांनी मजल मारली आहे. जागतिक पातळीवरही त्याची दखल घेतली गेली आहे. जोखडातून मुक्त होण्याची बचत गटांची चळवळ ही सर्वांत यशस्वी चळवळ आहे.

आज कोणत्याही क्षेत्रात स्त्री मागे राहिलेली नही. संधी मिळाली तर स्त्रियाही उत्तुंग भरारी घेऊ शकतात याचं अक्षरशः: उदाहरण म्हणजे अंतराळवीर सुनीताचं. सुनीताने आपल्या कर्तृत्वानं सिद्ध केलेलं आहे की, स्त्री ही अबला नसून सबला आहे. कोणत्याही कामात केवळ स्त्री असण्याचा कुठलाही अडथळा येत नाही. स्त्रियांचीही कुवत असते हे तिने सिद्ध करून दाखवले आहे.

एकूण लोकसंख्येत जवळजवळ पन्नास टक्के स्त्रिया असूनही राजकारणात स्त्रियांना मतदानाचाही हक्क नव्हता. तो हक्क मिळविण्यासाठी स्त्रियांना लढा द्यावा लागला. राजकारणात सहभाग घेण्यासाठी ३३% आरक्षणही झगडा करूनच मिळवावे लागले. स्वातंत्र्यप्राप्तीनंतर ४६ वर्षांनी नवा पंचायतराज कायदा आल्यामुळे ग्रामीण भागातील राजकीय चित्र बदलायला लागले. स्थानिक स्वराज्य संस्थांत स्त्रियांचा सहभाग मोठ्या प्रमाणावर वाढला. संधी मिळताच राजकारणातही स्त्रियांनी आपल्या बुद्धीची चुणूक दाखविली. अगदी ग्रामपंचायतीची सभासद, सरपंच या पदापासून मंत्रिपदापर्यंत स्त्रिया पोचल्या आहेत. शहरी स्त्रियांना सर्वच दृष्टीने जास्त वाव मिळत असला तरीही ग्रामीण भागातील स्त्रियाही फार मागे राहिलेल्या नाहीत. ग्रामीण भागातील स्त्रिया, आदिवासी किंवा अगदी डोंगराळ भागातील स्त्रियाही राजकारणात सक्रिय सहभाग घेत आहेत. या स्त्रियांना कुटुंबापासून अनेक विरोधकांना तोंड देत देतच पुढे यावे लागत आहे. स्त्री म्हणून सहज सोपे असणारे अब्रूवर शिंतोडे उडवण्याच्या माध्यमापासून शेतातली पिकं जाळण्यापर्यंत अनेक मार्गांनी स्त्रियांचा राजकारणातला प्रवेश रोखण्याचा प्रयत्न करण्यात आला. पण तरीही न डगमगता राजकीय सत्ता सहभागातून या स्त्रिया आपले कर्तृत्व दाखवत आहेत.

श्रीमती इंदिरा गांधी, बेनझीर भुट्टो, सिरीमाओ बंदरनायके अशा स्त्रियांनी पंतप्रधानपदाची जबाबदारी घेऊन संपूर्ण देशाचा कारभार समर्थपणे सांभाळला आहे. आज बहुमानाच्या राष्ट्रपतीपदावर प्रतिभाताई पाटील विराजमान आहेत याचा सर्व स्त्रियांना निश्चितच अभिमान आहे. विकासाच्या प्रक्रियेत स्त्रिया निःसंशय प्रगतिपथावर आहेत. निरनिराळ्या क्षेत्रांत त्या सहजरीत्या यश संपादन करत आहेत. कुठेही आणि कोणत्याही बाबतीत स्त्री म्हणून त्या कमी पडत नाहीत. तरीही अजूनही पुरुषांची श्रेष्ठ ही मानसिकता पूर्णपणे बदलत नाही. उच्चपदावर स्त्री आलेली खपत नाही. कर्तृत्वाला किंमत न देता स्त्रियांना डावलले जाते. अनेक ठिकाणी अनेक स्त्रियांना हा अनुभव येत असतो. याचं अगदी ढळढळीत उदाहरण म्हणजे भारतातील आपल्या महिला आयपीएस अधिकारी किरण बेदी. समर्पणाने काम करण्याचा वृत्तीमुळे प्रतिष्ठेचा मॅगसेसे पुरस्कार त्यांना मिळाला आहे. राष्ट्रपतीचे शौर्यपदक मिळाले आहे. उल्लेखनीय सेवेबद्दल संयुक्त राष्ट्रसंघाचा बहुमान त्यांना मिळालेला आहे. अतिशय कर्तृत्ववान आणि कार्यकुशल असूनही केवळ महिला

म्हणूनच दिल्लीच्या पोलीस आयुक्तपदाची संधी त्यांना नाकारण्यात आली. अशा पद्धतीने डावलण्यात आल्यामुळे त्यांनी स्वेच्छानिवृत्ती घेतली.

अजूनही पद्धतशीरपणे स्त्रियांचे खच्चीकरण केले जात आहे. प्रगती आणि विकास होताना दिसत असला तरीही संख्यात्मक दृष्टीने पाहायला गेलं तर अजूनही अनेक स्त्रिया या सर्व गोष्टींपासून वंचितच आहेत. दुर्बल घटकातील पुरुषवर्गही विकास आणि प्रगती यापासून कोसो दूर आहे. समाजातील तळागाळातील लोक अजूनही खऱ्याअर्थी गाळातच आहेत. प्रत्यक्ष कृतीपेक्षा घोषणाच अधिक होतात, बोलबाला होतो, पण समाजाच्या विकासाच्या मुख्य प्रवाहात हा वर्ग अजून आलेला नाही. देशाच्या उन्नतीसाठी कोणत्याही अडथळ्याशिवाय प्रत्येक व्यक्तीच्या दिशेने वाटचाल होणं आवश्यक आहे. त्यासाठी प्रयत्न करण्याची गरज आहे.

लोकशाही विकेंद्रीकरण

शासनाविषयी लोकांमध्ये आत्मीयता निर्माण करावयाची असेल तर निवडणुकीच्या द्वारे स्थापन झालेल्या स्थानिक स्वराज्य संस्थांना स्थानिक बाबतीत प्रशासनाचे अधिकार देणे. यालाच लोकशाही विकेंद्रीकरण म्हणतात. हे लोकशाही विकेंद्रीकरण करण्याच्या उद्देश्यानेच पंचायती राज्याची स्थापना झाली आहे. महाराष्ट्रात १ मे १९६२ पासून पंचायती राज सुरू झाले आहे.

पंचायत राज्याची रचना त्रिस्तरीय आहे. गावपातळीवर ग्रामपंचायत, तालुका स्तरावर पंचायत समिती आणि जिल्हा स्तरावर जिल्हापरिषद अशी त्रिस्तरीय रचना आहे. या त्रिस्तरीय पद्धतीला पंचायत राज पद्धती म्हणतात. केंद्र, राज्य शासनाप्रमाणे पंचायत राजदेखील स्थानिक शासन म्हणूनच मानली जाते. जिल्हा परिषदेचे अधिकार महाराष्ट्रात सर्वश्रेष्ठ आहेत. इतर राज्यांत ते दुसऱ्या स्तरातील पंचायत समितीला आहेत. महाराष्ट्रात पंचायत समिती ही केवळ सुसंवाद साधक यंत्रणा ठेवण्यात आलेली आहे. पंचायत समिती ही जिल्हा परिषदेची छोटी आवृत्ती असते.

भारतीय घटनेने कलम १४ द्वारे स्त्री–पुरुष समानता मानली आहे.त्यामुळे स्त्रियांनाही मतदानाचा आणि निवडणुका लढविण्याचा अधिकार मिळाला.

इ.स. १९२६ पासून काही नगरपालिकांनी स्त्रियांना निवडणूक लढविण्याचे अधिकार दिले होते. परंतु १९३८ पर्यंत स्त्रियांनी त्याचा फारसा वापर केल्याचे दिसत नाही. त्यानंतर थोड्याफार प्रमाणात ज्या शहरात सामाजिक जागरूकता होती त्या भागातील महिला प्रथम प्रवाहात उतरल्या. हळूहळू इतर ठिकाणच्या महिलांचा सहभाग वाढू लागला तरीही स्त्रियांचा राजकारणातील सहभाग नगण्यच आहे. राजकारण हे स्त्रियांचे क्षेत्र नव्हे. असा समज पुरुषांनी पद्धतशीरपणे स्त्रियांच्या मनात रुजवला. त्याचे

अतिशय खोलावर परिणाम स्त्रियांच्या मनावर झाले. आणि राजकारणापासून दूर राहणेच योग्य आहे असं त्या मानू लागल्या. एकूणच निवडणुकीच्या राजकारणापासून स्त्रिया अलिप्त राहत होत्या त्याची प्रमुख कारणे म्हणजे घरातल्या पुरुषांचा विरोध आणि असहकार. गृहकृत्ये आणि कौटुंबिक जबाबदाऱ्या आणि शारीरिक आणि मानसिक ताण, लहान गावातून समाज व नातेवाइकांची टीका आणि चारित्र्यहननाची भीती, आर्थिक परावलंबित्व आणि निवडणुकांचे गढूळ वातावरण, राजकीय पक्षाचा उत्तेजनाचा अभाव, निवडणुकीचे तिकिट मिळण्यासाठी पाठीशी कोणीतरी गॉडफादरची गरज किंवा राजकीय लागेबांधे असण्याची गरज असते.

भारताच्या राज्यघटनेने स्त्रियांना पुरुषांच्या बरोबरीने समान हक्क दिले. यामध्ये राजकीय हक्कही आहेतच. पण हे हक्क वापरण्यासाठीची परिस्थिती मात्र अनुकूल नाही.आर्थिक विषमता, स्त्री-पुरुष भेद,सर्वच क्षेत्रांतील पुरुषी वर्चस्व आणि सर्वस्वी असलेली कौटुंबिक जबाबदारी यामुळे स्त्रियांना हे हक्क बजावणं शक्य होत नाही. ही वस्तुस्थिती स्त्रियांना राजकारणापासून दूर ठेवते. त्यामुळे स्त्रियांचा राजकारण सहभाग नगण्य दिसतो. राजकीय पक्षही स्त्रियांना फारसं प्रोत्साहन देत नाही. अनेक वर्ष पक्षासाठी काम करणाऱ्या स्त्रिया असूनसुद्धा निवडणुका लढविण्याची संधी त्यांना दिलेली नाही. पण शिक्षणामुळे, चळवळीतील अनुभवामुळे नव्या भांडवली समाजातील वाढत्या गरजांमुळे स्त्रियांमध्ये एक वेगळी जागृती निर्माण झाली. त्यांचा आत्मविश्वास वाढला. दुय्यम स्थानाची चीड आणि हक्कांची जाणीव निर्माण झाली. बदलत्या आर्थिक परिस्थितीमुळे, सामाजिक सुधारणांच्या रेट्यामुळे आणि १९७५ नंतरच्या स्त्री चळवळीच्या वाढत्या जोरामुळे स्त्रियांच्या राजकीय हक्कांबद्दलची, त्यांच्या प्रत्यक्ष सहभागाविषयीची जाणीव वाढली. राजकारणातील प्रवेशाशिवाय काही गोष्टी साध्य होणार नाहीत ह्या विचाराने सर्वच स्तरातील औपचारिक राजकारणांमध्ये स्त्रिया अधिक प्रमाणात दिसू लागल्या आहेत. याला महत्त्वाचे कारण म्हणजे १९९२ साली झालेली ७३ वी घटना दुरुस्ती. राजकीय निर्णयप्रक्रियेत स्त्रियांचा सहभाग वाढावा या हेतूने स्थानिक स्वराज्य संस्थांमध्ये स्त्रियांसाठी आरक्षण जाहीर करण्यात आले. स्त्री प्रश्नांना राजकीय चौकटीत मान्यता देणारं हे महत्त्वपूर्ण पाऊल होते. स्त्रियांचे प्रश्न व दृष्टिकोन यांना निर्णयप्रक्रियेत स्थान मिळावं हा यामागचा हेतू होता. ही घटना दुरुस्ती करून देशातील सर्व पंचायत राज संस्था म्हणजेच ग्रामपंचायत, पंचायत समिती आणि जिल्हा परिषद यामध्ये स्त्रियांसाठी ३३% जागा राखीव ठेवण्यात आल्या. या विधेयकानं राजकीय सहभागाच्या कधीही न थांबणाऱ्या एका प्रक्रियेला सुरुवात झाली. या विधेयकानं देशभरातील दहा लाखाच्या वर स्त्रियांना पंचायत राजव्यवस्थेमध्ये आणलं. त्याचा राजकीय सहभाग वाढला. एरवी ग्रामपंचायतीच्या आसपास फिरण्याचं स्वप्नही

ज्यांना कधी पाहता आलं नसतं, त्यांना या विधेयकामुळे गावातल्या सत्तेत प्रत्यक्ष हक्काचा वाटा मिळाला.

स्त्रियांच्या प्रमाणे मागासवर्गीय जातींनादेखील ७३ व्या घटनादुरुस्तीमुळे आरक्षण मिळालं आहे. त्यात ३३% मागासवर्गीय जातीच्या स्त्रियांना आरक्षण आहेच. केवळ सामान्य प्रतिनिधित्वच नाही तर सरपंच, पंचायत समिती सभापती, जिल्हा परिषद अध्यक्ष, महापौर अशी मानाची प्रमुख पदही स्त्रियांना मिळाली. गावाचा विकास, पाणी, शाळा, रस्ता दारूबंदी यांसारखे कळीचे विषय महिलांनी पुढे आणले. दारूबंदीसाठी स्त्री पंचायतींनी अनेक ठिकाणी प्रयत्न केले.काही ठिकाणी यश मिळाले पण बऱ्याच ठिकाणी स्त्रियांना त्रास सोसावा लागला. कारण यातही पुन्हा पुरुषांचेच हितसंबंध गुंतलेले असतात.

स्वातंत्र्यप्राप्तीनंतर ४६ वर्षांनी नवा पंचायत राज कायदा आला. त्यामुळे स्थानिक स्वराज्य संस्थांमध्ये स्त्रियांचा सहभाग वाढला. ग्रामीण भागातील कानाकोपऱ्यातून दुर्गम आदिवासी,डोंगराळ भागातून स्त्रियांचे नेतृत्व पुढे यायला लागले. अनंत अडचणींना तोंड देत देतच आपापल्या परिसरात ग्रामविकासासाठी आणि जनविकासासाठी या महिलांनी विशेष कामगिरी करून दाखविली आहे.

✳ ✳ ✳

७. आंतरराष्ट्रीय महिला वर्ष व दशक

जागतिक लोकशाहीवादी स्त्री संघटनेने जगातील स्त्रियांच्या प्रश्नांकडे लक्ष वेधले जावे यासाठी १९७५ हे वर्ष महिला वर्ष म्हणून पाळावे व त्यांच्या हक्काची सनद तयार करावी अशी विनंती युनोला एका ठरावाद्वारे केली. युनोने ती विनंती मान्य केली व १९७५ हे वर्ष महिला वर्ष म्हणून साजरे करण्याचे ठरविले. युनोचे सरचिटणीस कुर्ट वाइल्डहाइम यांनी हे वर्ष साजरे करण्यामागे महिलांच्या हक्कांचे महत्त्व जाणून महिला वर्गाचे समाजातील स्थान कसे उंचावता येईल, त्यांच्या ठायी असणारी अमाप कर्तृत्वशक्ती सर्व मानवजातीच्या कशी उपयोगात आणता येईल याचा विचार करणे हा उद्देश असल्याचे जाहीर केले. आंतरराष्ट्रीय वर्षाचा खास विषय होता समता, विकास व शांतता. भारतानेही महिला वर्षाच्या निमित्ताने युनोच्या संदेशाप्रमाणे कार्यक्रम आखला. आंतरराष्ट्रीय महिला वर्षाच्या निमित्ताने स्त्रियांच्या प्रश्नांवर जगभर ऊहापोह सुरू झाला. सामान्य स्त्रियांच्या जिव्हाळ्यांचे प्रश्न म्हणजे नोकऱ्या, समान वेतन, रोजगार हमी, पाळणाघरे इ.प्रश्न प्रामुख्याने पुढे आले.अजूनही अशा विचारांचे लोक आहेत की स्त्रीचे कार्यक्षेत्र म्हणजे घर व मुले सांभाळणे. स्त्रियांच्या नोकरीचा मुद्दा आला की हा प्रश्न मांडला जातो. हा कोंडमारा जागृत झालेल्या स्त्रियांना असह्य होत होता.सामाजिक आणि कौटुंबिक अत्याचाराविरुद्ध स्त्रिया चवताळून उठल्या व त्यांनी लढाऊ कार्यक्रम हाती घेतले.ह्याचे नेतृत्व पुरोगामी स्त्रियांनीच हाती घेतले. या काळात अनेक अत्याचारविरोधी स्त्री संघटना स्थापन झाल्या. चळवळीचे रूप व्यापक झाले. अनेक मतप्रणालींचा त्यात समावेश झाला. विविध धोरणांनी ह्या संस्था कार्य करीत आहेत.

१९७६च्या प्रारंभी आंतरराष्ट्रीय महिला वर्ष भारतीय समितीने दिल्ली येथे तीन दिवसांची परिषद भरवली. त्यात महिला वर्षाच्या कार्याचा आढावा घेतला गेला. स्त्रियांच्या सामाजिक व राजकीय जीवनात आमूलाग्र बदल घडून येण्यासाठी एक वर्षाचा काळ पुरेसा नाही म्हणून १९८५पर्यंत आंतरराष्ट्रीय महिला दशक मानावे अशी सूचना या परिषदेने केली. जागतिक स्त्री संघटनांनी या सूचनेचा आग्रह धरला व हे दशक मानावयाचे ठरले.

आंतरराष्ट्रीय महिला दशकातील स्त्रियांच्या जागरूक चळवळीमुळे राजकीय पक्षांनाही स्त्रियांच्या प्रश्नाबाबत जागरूक राहणे भाग पडले. १९७५ पर्यंत स्त्रियांच्या चळवळीकडे परदेशी फॅड म्हणून पाहिले जात होते किंवा तसे हिणवले जात होते. तो दृष्टिकोन बदलायला लावण्याचे काम या दशकात स्त्री–संघटनांना जनजागृतीमुळे शक्य झाले. शासन आणि राजकीय पक्ष स्त्रियांच्या संघटनांना आपापल्यापरीने मदतीचा हात पुढे करू लागले.

महाराष्ट्रात आज अनेक गट स्त्रियांच्या प्रश्नांवर काम करीत आहेत. त्यातले किमान ९० टक्के गट किंवा संघटना या दशकाची निर्मिती आहे. स्त्रियांच्या चळवळी या अखिल समाजाच्या चळवळीचा एक भाग आहे. त्याच्या सामाजिक व राजकीय अशा दोन बाजू आहेत. या दशकामध्ये ज्या अनेक स्त्री संस्था उदयास आल्या त्याचे स्वरूप पारंपरिक महिला मंडळापेक्षा वेगळे आहे. या संस्थांतील स्त्रीला स्वतंत्र व्यक्तिमत्त्व आहे. घटनेने मान्य केलेली समानता स्त्रीला सर्व क्षेत्रात मिळालीच पाहिजे यावर तिचा कटाक्ष आहे. स्त्री ही संपूर्ण समाजाचा एक अविभाज्य घटक आहे हा दृष्टिकोन मांडणाऱ्या स्त्रियांच्या अनेक संस्था महाराष्ट्रात या दशकात वाढल्या. समाजातल्या सर्व शोषितांची मुक्तता होईल त्याच वेळी शोषित स्त्रीवर्गाचीही होईल. स्त्री–पुरुष समानतेसाठी स्त्री–पुरुषांमध्ये सहकार्याची भावना निर्माण होणे आवश्यक आहे. धर्म, वंश, जात, वर्ग ह्यांचा भेद मोडून काढून समाजात सहकार्य व शांतता निर्माण करणे हे स्त्री चळवळीचे उद्दिष्ट आहे. या उद्दिष्टांसाठी पूर्वीपासूनच झगडत असलेल्या अखिल भारतीय महिला फेडरेशन, समाजवादी महिला सभा, श्रमिक महिला संघ, महिला दक्षता समिती, स्त्री मुक्ती संघटना, नारी समता मंच, क्रांतिकारी महिला संघटना अशा अनेक संघटना आंतरराष्ट्रीय महिला दशकात महाराष्ट्रात वाढू लागल्या.

महत्त्वाच्या स्त्री प्रश्नावर ह्या संघटना एकत्र आल्या तर शासनाला त्यांच्या शक्तीची जाणीव होईल या विचाराने सर्व संघटनांनी एकत्र येऊन १९७९ साली स्त्री मुक्ती आंदोलन संपर्क समितीची स्थापना केली. देशातील परिवर्तनशील अशा सर्व लढाऊ राजकीय व सामाजिक शक्तींचा आंदोलनाशी सांधा जोडण्यास ही समिती बद्ध होती. आंतरराष्ट्रीय महिला वर्ष जाहीर झाल्यावर महाराष्ट्रात स्त्री चळवळीला वेगळे रूप आले. स्त्रियांच्या संघटनांतील निरनिराळे विचारप्रवाह आंतरराष्ट्रीय महिला दशकात स्पष्ट होत गेले.

समाजपरिवर्तन ही गोष्ट चुटकीसरशी होणारी नाही. शतकानुशतके पुरुषप्रधान संस्कृती मनामनांत घट्ट रुतलेली आहे. यातून प्रथम स्त्रियांसह तमाम पुरुष वर्गाला बाहेर काढून लोकशाही रुजवणे कठीण असले तरी ते अत्यंत आवश्यक आहे. केवळ सत्तेसाठी नाही पण आपले प्रश्न सोडविण्यासाठी स्त्रियांनी राजकारणात प्रवेश करणे आवश्यक आहे हे समजून घेऊन प्रमिला दंडवते, अहिल्या रांगणेकर, मृणाल गोरे यांनी संसदेत

स्त्री प्रश्नाकडे लक्ष वेधले. आंतरराष्ट्रीय महिला दशकाने प्रत्येक प्रश्न हा स्त्रियांचा प्रश्न आहे ही घोषणा दिली. ही घोषणा राजकीय, सामाजिक व श्रमिक संघटनांनी उचलून धरली. ग्रामीण भागापर्यंत स्त्री-मुक्तीच्या कल्पनेचे सामाजिक व राजकीय विचार पोहोचविण्याचे कार्य महाराष्ट्रात स्त्री-मुक्ती यात्रेने थोड्याफार प्रमाणात साध्य केले.

स्त्री-मुक्ती ही लोकशाही जीवनाचा एक गाभ्याचा घटक आहे ही शिकवण देण्याचे महान कार्य या आंतरराष्ट्रीय महिला दशकाने नि:संशय साधले. आंतरराष्ट्रीय महिला दशकात स्त्री चळवळीने आणि संघटनांनी स्त्री-पुरुष समतेचा संदेश लहान मोठ्या गावात अत्यंत हिरिरीने पोचवला. अनेक कायद्यांत बदल करून घेण्यात स्त्री चळवळ यशस्वी झाली. स्त्री चळवळीच्या रेट्यामुळे शासनाला त्याची दखल घेणे क्रमप्राप्त झाले. आंतरराष्ट्रीय पातळीवरही संयुक्त राष्ट्रांनी मेक्सिको, कोपनहेग, नैरोबी, बीजिंग येथे महिला परिषदा घेऊन जगातील सर्वच राष्ट्रात स्त्री प्रश्नांची दखल घेणे भाग पाडले. परिणामी, भारतातही शासकीय पातळीवर स्त्री उत्थापनाच्या योजना व धोरणे आखली जाऊ लागली.

नैरोबी परिषद

जुलै १९८५ मध्ये नैरोबी येथे महिला दशकाची सांगता झाली. या परिषदेचे वैशिष्ट्य म्हणजे तिसऱ्या जगातील हजारो स्त्रियांचा त्यात पुढाकार होता. शांततेचे प्रतीक असलेले कबुतर व निळा रंग असलेल्या भव्य मंडपात देशोदेशीच्या सुमारे दहा हजारांवर स्त्रिया उपस्थित होत्या.

स्त्रियांसाठी काम करणाऱ्या संस्थांची जागतिक पातळीवर साखळी झाली पाहिजे ह्या मुद्यांवर सर्वांचेच एकमत होते. इंग्लंड, जर्मनी, फ्रान्स, अमेरिका इ. युरोपियन देशातील, जपान, चीन, व्हिएतनाम इ. आशिया खंडातून, आफ्रिकन आणि भारतीय अशा सर्वांची तेथे उपस्थिती होती. भारतातून ३५० महिला परिषदेला गेल्या होत्या.

समानता, विकास व शांतता या युनोच्या प्रमुख धोरणांच्या कक्षेत हा मेळावा होता, तरी स्त्रीजीवनाचा कोणताच प्रश्न त्यातून सुटू शकला नाही. स्त्री जीवनविषयक आर्थिक, सामाजिक, राजकीय, सांस्कृतिक, धार्मिक, राष्ट्रीय, कौटुंबिक, लैंगिक कसलीही समस्या त्यातून सुटली नाही. जागतिक शांतता, निर्वासित, दुष्काळग्रस्त, पंगू, ओलीस स्त्रिया अशा अनेक विषयांवरील अत्यंत सखोलपणे, सैद्धांतिक व प्रत्यक्ष अभ्यास करून लिहिलेले प्रबंध चर्चासत्रात वाचले गेले. त्यावर मुक्तपणे चर्चा व प्रश्नोत्तरे झाली.या परिषदेत दारिद्र्य निर्मूलन,बेकारी निर्मूलन,राष्ट्रीय स्वातंत्र्याचा पुरस्कार,जागतिक शांतता आणि राष्ट्रीय एकात्मता या प्रश्नांवर चर्चा झाली, ठराव झाले. द. आफ्रिकेतील वर्णेविद्वेषी व वंशविद्वेषी राजवटीचा निषेध केला. स्त्रियांची

चळवळ,व्यापक जनतेचे प्रश्न आपलेच आहेत याची समज घेऊन स्त्रियांच्या चळवळीची व्याप्ती आणि खोली वाढवत नेली.

स्त्री मुक्ती म्हणजे पुरुषांच्या विरुद्ध लढा असा गैरसमज पाश्चिमात्य व पौर्वात्य देशांत निर्माण केला गेला आहे. विशेषत: अविकसित देशांत हे पाश्चिमात्य देशांतून आलेले वेड आहे असा असणारा गैरसमज पूर्णपणे दूर करण्याचे महान कार्य या परिषदेने निश्चितच साधले.

स्त्रीमुक्तीचा लढा हा आर्थिक, राजकीय, सामाजिक व सांस्कृतिक असून तो जागतिक परिस्थितीशी निगडित आहे हे तत्त्व या मंथनातून बाहेर आले. विकसित देशांतील स्त्रियांनाही ते मान्य करावे लागले. प्रचलित समाज पद्धतीची एकूण चौकट तशीच ठेवून कितीही विकास केला तरी या विकासाची फळे मूठभर लोकांच्याच हातात पडतात व बहुसंख्य महिलांच्या कपाळी आणखी दारिद्र्य,उपासमार व अवहेलनाच येते. अशा परिस्थितीत पुरुषी लैंगिक वर्चस्वाच्या कल्पनांमुळे स्त्रियांची परिस्थिती अधिकच बिघडते हे विदारक सत्य या परिषदेने जगापुढे आणले. या परिषदेने स्त्रीजीवनाच्या प्रत्येक अंगाचा सर्वांगीण विचार केला. प्रचलित कुटुंबव्यवस्था, धर्म, वेश्यांचा प्रश्न, समभोगी स्त्रियांचे प्रश्न,स्त्री-पुरुष लैंगिक संबंध या प्रश्नांवरही चर्चा झाली. या परिषदेला आलेल्या स्त्रिया नव्या जाणिवेने, नव्या जागृतीने व आत्मविश्वासाने, आशावादी निर्धाराने, आपल्याला खूप काही करावयाचे आहे या तळमळीने परतल्या.

परिषदेच्या ठिकाणी 'साम्राज्यशाही आक्रमणे थांबवा',' भांडवलशाही नष्ट करा',

'समाजवादाशिवाय खरा न्याय नाही', 'खराखुरा न्याय व शांततेशिवाय विकास नाही', 'बहुराष्ट्रीय कंपन्यांची लूट थांबवा','स्वातंत्र्याशिवाय समता नाही' इ. घोषणा फलक लक्ष वेधून घेत होते. प्रेस कॉन्फरन्स, व्यक्तिगत मुलाखती, स्टॉल, प्रचार, प्रसिद्धिपत्रके याद्वारे माहिती प्रसारित होत होती. इजिप्शियन लेखिका व समाज कार्यकर्ती डॉ. एल. नावल सादावी हिच्या नेतृत्वाखाली विशेषत: मध्यपूर्वेतील, पॅलेस्टिनी, लॅटिन अमेरिकेतील स्त्रियांचा एक मोर्चा सरकारी प्रतिनिधींच्या चाललेल्या चर्चासत्राच्या ठिकाणी आपले गाऱ्हाणे मांडण्याकरता काढणार होत्या. पण सरकारने परवानगी नाकारली.

या परिषदेत काही मागण्याही पुढे आल्या. जनरल फेडरेशन ऑफ इराकी विमेन यांनी इराकमधील युद्ध बंद करून शांततेची मागणी केली. अमेरिकन महिलांनी अमेरिकेने लष्करी अंदाजपत्रक कमी करावे व तो निधी महिला विकासासाठी द्यावा, अशी मागणी केली. बहुउद्देशीय कंपन्यांना जास्त नफ्यासाठी मागासलेल्या देशातील स्वस्त श्रमशक्ती खरेदी करण्यावर बंदी घालावी. ब्राझील, लॅटिन अमेरिकन स्त्रियांनी बहुराष्ट्रीय कंपन्या

परदेशातील स्त्रियांची पिळवणूक करतात व मायदेशातील बेकारी वाढवतात म्हणून कंपन्यांच्या कारभारावरील रोष व्यक्त केला. १३ फ्रेंच स्त्रियांनी सरकारने पॅसिफिकमधील अणुचाचण्या थांबविण्याची मागणी केली.

अविकसित राष्ट्रांपैकी २/३ राष्ट्रांत लष्करी राजवटी आहेत. या राजवटीत स्त्रियांवर अनन्वित अत्याचार होतात म्हणून लष्करी राजवटी नाहीशा करण्याची मागणी केली.

अमेरिकेसारख्या संपन्न राष्ट्रांतही स्त्रियांना समानता नाही. नवविकसित राष्ट्रांत अत्यंत प्रगत तंत्रज्ञान स्त्रियांच्या बेकारीत भर टाकते. शस्त्रास्त्रांवर होणाऱ्या खर्चामुळे स्त्रीशिक्षण, नागरी सुविधा यांना जबरदस्त फटका बसतो, असे गीता सेन यांनी सांगितले.

अलीकडे प्रतिगामी, धर्मांधतेची झालेली वाढ तरुण स्त्रियांना जाचक ठरते. सामाजिक संस्थांनी याचा प्रतिकार करावा अशी मांडणी करण्यात आली. नुकतीच स्वतंत्र झालेली राष्ट्रे अमेरिकन साम्राज्यवाद्यांच्या आर्थिक धोरणांचे बळी ठरतात.

आजचे शिक्षण व प्रचार साधने मुलांची सांस्कृतिक व सामाजिक पातळी खालावण्यास कारणीभूत होतात. ह्या न दिसणाऱ्या शत्रूंचा स्त्रियांनी मुकाबला केला पाहिजे, असे फिलिपाईन्सच्या सांतिमागो यांनी सांगितले.

दक्षिण आफ्रिकेतील वर्णद्वेषी राजवटीबाबत अतिशय गरमागरम चर्चा झाली. वसाहतवादी राज्यकर्ते स्थानिक लोकांची आर्थिक, राजकीय, सामाजिक ससेहोलपट करतात. नागरिकत्वाचे हक्कही नाकारतात, असे आफ्रिकन महिलेने सांगितले. लक्ष्मी सहगल यांनी सांगितले की, 'भारतात भांडवलशाही पद्धतीमुळे बेकारीची भीषण समस्या आहे म्हणून भांडवलशाहीविरुद्ध झगडण्यात लोकांना व महिलांना ट्रेड युनियनने सामील करून घ्यावे.' यांत्रिकीकरणामुळे हजारो महिला बेकार आहेत.

एकूणच स्त्रियांचे शारीरिक कष्ट पुरुषांच्या तुलनेत जास्त असूनही तिची मिळकत मात्र पुरुषांपेक्षा कमी असते. घरकामातील तिचे श्रम धरले जात नाहीत. स्त्रिया जगातील श्रम करणारी मानवी शक्ती निर्माण करतात. पण त्यांचे काम श्रमात गणले जात नाही.

विकास म्हणजे जीवन राहणीमान सुधारणे, दारिद्र्य नष्ट करणे, पात्रतेप्रमाणे काम मिळणे, सामाजिक असमानता नष्ट करणे असेल तर त्याची सुरुवात स्त्रियांपासूनच झाली पाहिजे.

तिसऱ्या जगातील नोकरशाही ही स्त्री विकासाच्या आड येते. ही नोकरशाही सर्व सरकारी योजना धनिकांच्याचसाठी राबवते आणि स्त्रियांना त्याचा काहीच फायदा होत नाही. भारतातील अल्प कर्ज योजनेत एक टक्काही स्त्रीचा समावेश झालेला नाही. उत्पादन साधनावर स्त्रीचा स्वतंत्र मालकी हक्क असावा अशी रास्त मागणी केली आहे.

आमच्या कष्टाचे पूर्ण दाम द्या,आमचे मूल्यमापन करा या मागणीसाठी प्रत्येक देशातील असंख्य स्त्रियांनी सह्यांचे अर्ज आपापल्या सरकारकडे पाठवावा,अशी विनंती क्रिंग्ज क्रॉस वुईमेन सेंटर या संस्थेने केलेली आहे. ही मूलभूत मागणी म्हणजे नैरोबी परिषदेतील मंथनातून निघालेल्या स्त्रीजीवनाचा अमृतकुंभच मानावा लागेल.

एका प्रश्नावर परिषदेला आलेल्या स्त्रियांचे एकमत झाले तो म्हणजे शांतता. परमाणू व तारकायुद्धाला ठामपणे विरोध करण्यात आला. अण्वस्त्रनिर्मितीवर बंदी घालण्याची मागणी करण्यात आली. तिसऱ्या जगातील कायदा व विकास शिबिरात हुंडा, बलात्कार विरोध , भारतातील कायदे, दक्षिण अमेरिका व आफ्रिकेतील जमीन वारस कायदे, मुस्लिम देशातील इस्लामिक कायदे यावर सखोल चर्चा झाली. भारतातील संघटनांनी हुंडा व स्त्रियांवरील अत्याचार यावर मुख्यत: भर दिला. महाराष्ट्रातील महिला चळवळीला हे महिला दशकाचे विचारधन मार्गदर्शक होणार आहे. सांस्कृतिक व परंपरावादी विचारांनी स्त्री दडपली जाते असा प्रचार केला जातो पण संस्कृती व परंपरा ह्या माणसांच्या उत्पादन साधनांशी असलेल्या संबंधातूनच इतिहासात निर्माण झाला, ह्या गोष्टीकडे दुर्लक्ष केल्यास आजचे संबंध आमूलाग्र बदलण्याकडे त्यांचा रोख राहत नाही. केवळ पगारवाढीच्या मागणीतून कामगार जसा दास्यमुक्त होत नाही तसेच प्रस्थापित स्त्रीमुक्तीचा प्रयत्न सफल होणार नाही. प्रस्थापित समाजव्यवस्थेत राहून पिळवणुकीविरुद्ध स्त्रीमुक्तीचा लढा उभारला जाणे आवश्यक आहे.

आंतरराष्ट्रीय महिला परिषदा

जगातल्या सर्व स्त्रियांचे प्रश्न आणि स्त्रियांचे दुय्यम स्थान हे जवळजवळ सारखेच आहे. या संदर्भातील जाणीव जागृती निर्माण करण्यासाठी सर्वांनी एकत्रितपणे विचार विनिमय करून त्यातून मार्ग काढण्यासाठी वैचारिक आणि कृतिशील आदानप्रदान करण्यासाठी जगातील महिलांची १९७५ साली पहिली जागतिक महिला परिषद मेक्सिको येथे घेण्यात आली. १९८० साली दुसरी जागतिक महिला परिषद कोपनहेग येथे घेण्यात आली. १९८५ साली तिसरी जागतिक महिला परिषद नैरोबी येथे घेण्यात आली.१९९५ साली बीजिंग येथे चौथी जागतिक महिला परिषद घेण्यात आली.

भारतीय महिलांचा या परिषदेत सहभाग होता. या परिषदेत विकास, नियोजन आणि अंमलबजावणीच्या प्रत्येक टप्प्यावर लिंगभेदविरहित दृष्टिकोनाची गरज व्यक्त करण्यात आली. त्यानुसार जागतिक कृती धोरण आखण्यात आले. हे धोरण 'बीजिंग प्लॅटफॉर्म फॉर ॲक्शन' म्हणजेच (पी.एफ.ए) म्हणून ओळखलं जातं. लिंगभेदविरहित समान न्याय आणि महिला सक्षमीकरणाच्या संदर्भातील पुनर्परीक्षण करताना बीजिंग प्लॅटफॉर्म फॉर ॲक्शन हा पाया मानला जातो.

जागतिक पातळीविरहित असलेल्या उत्थापनाच्या प्रयत्नामुळे, स्त्री चळवळीच्या रेट्यामुळे, विशेषत: बीजिंग परिषदेमुळे सरकारी पातळीवर स्त्रियांच्या प्रश्नांना अग्रक्रम दिला गेला.

दिल्ली येथील आंतरराष्ट्रीय स्त्रीआरोग्य परिषद

२१व्या शतकाच्या पहिल्या दशकात अर्थमंत्री भारतात दिल्ली येथे २१ ते २५ डिसेंबर २००५ अशी पाच दिवसांची दहावी आंतरराष्ट्रीय स्त्री-आरोग्य परिषद आयोजिली होती. या परिषदेमध्ये ७० देशांतील सुमारे एक हजार प्रतिनिधींचा सहभाग होता. अमेरिका, नायझेरिया, बांगला देश, व्हिएतनाम, ऑस्ट्रेलिया, श्रीलंका, स्वित्झर्लंड, अफगाणिस्तान अशी १० देशातील तज्ज्ञ मंडळींनी परिषदेसाठी सल्लागार समितीवर येऊन परिषद संमेलनासंदर्भात वेळोवेळी अनेक बहुमूल्य सूचना दिल्या. कलकत्ता, गोहाटी, अहमदाबाद, बंगलोर, लखनौ आणि छत्तीसगड येथील ३२३ स्त्रिया व ७४ पुरुष अशा ४०० जणांचा सहभाग ह्या परिषदेत होता. 'मासूम' (पुणे) सभेचा संस्थेच्या संस्थापक विश्वस्त मनीषा गुप्ते यांचा परिषदेच्या संयोजनात पुढाकार होता. 'मासूम' म्हणजे 'महिला सर्वांगीण उत्कर्ष मंडळ'. परिषदेत पुढील पाच विषयांसंबंधी केंद्रित करण्यात आली होती.

१. सार्वजनिक आरोग्यक्षेत्राची पुनर्बांधणी व त्यामध्ये महिलांचा केलेला विचार.
२. प्रजोत्पाद आणि लैंगिक आरोग्य या संदर्भात स्त्रियांचे हक्क.
३. लोकसंख्याविषयक धोरण व लोकसंख्येचे धोरण.
४. आधुनिक वैद्यकीय तंत्रज्ञान आणि स्त्रियांचे हक्क.
५. हिंसा आणि स्त्री-आरोग्य. (शासन, कुटुंब, युद्धखोरी आरि विकासनीती यांच्याकडून स्त्रियांची होणारी हेळसांड)

भारताच्या दृष्टीने ही परिषद अत्यंत महत्त्वाचा टप्पा आहे. काही समविचारी लोक एकत्रित प्रयत्नातून किती सुंदर, उत्कृष्ट गोष्ट निर्माण करू शकतात याचे उदाहरण म्हणून ही परिषद होती. भारतीय आरोग्य हक्क चळवळ, स्त्रीवादी चळवळ आणि स्त्री-आरोग्य चळवळ यांचा गेल्या दोन दशकांचा घनिष्ट संबंध आहे. समाजातील विशेष गरजा असलेल्या घटकांचे हक्क पुढे आणण्याचे आव्हान यांनी एकत्र मिळून स्वीकारले आहे. राज्य कर्त्यापर्यंत ही निकड पोहोचणे हा या कामाचा महत्त्वाचा भाग आहे. समाजातील शेवटच्या व्यक्तीपर्यंत आपण पोहोचत नाही तोवर हे काम थांबणार नाही.

भारताच्या दृष्टीने ही परिषद एक घटना नसून प्रक्रिया आहे. आरोग्य हक्क चळवळीला बळकटी, सामर्थ्य देणाऱ्या प्रयत्नांना वेग देण्याचे काम या परिषदेने निश्चितच केले आहे.
(संदर्भ व आधार (Seminar sept 2001 अर्चना मोरे - दहावी आंतरराष्ट्रीय आरोग्य परिषद - साधना ११ मार्च २००६)

दिल्ली परिषद

लिंगभेदविरहित समान न्याय आणि स्त्रियांच्या हक्कांचे संरक्षण व्हावे यासाठीच्या योजनांची सरकारी, सामाजिक, औद्योगिक, व्यावसायिक पातळीवर अंमलबजावणी व्हावी आणि या योजनांचा फायदा ग्रामीण स्त्रियांचं दारिद्र्य निर्मूलन करण्यासाठी व्हावा,यासाठी प्रयत्न करण्याचे ठरविले.

लिंगभेदविरहित समान न्याय या संकल्पनेला अडथळा ठरणाऱ्या निरक्षरता, शोषण, परंपरागत सामाजिकीकरण, स्त्रीचं शोषण करणाऱ्या चालीरीती दूर करण्यासाठी महत्त्वाची पावले उचलली जावीत.

छळाला बळी पडणाऱ्या स्त्रियांना कायद्याची मदत, समुपदेशन सेवा उपलब्ध करून देण्यासाठी प्रयत्न केले जावेत. स्त्रियांच्या छळाच्या वाढत्या घटनांना आळा घालण्यासाठी कायद्याला बळकटी द्यावी.

सार्क परिषदेत अल्पवयीन मुलींचा व मुलांचा अनैतिक व्यापार रोखण्यासाठी मांडल्या गेलेल्या उपायांना कायदेशीर मान्यता मिळावी त्यासाठी कायद्याचं अधिकार क्षेत्र वाढवावे, यासाठी स्थानिक,राष्ट्रीय पातळीवर दुहेरी संवाद व्हावा, यात बिगर सरकारी संस्थांचा समावेश असावा.

परिषदेत मान्य झालेल्या तत्त्वांचे कायद्यात रूपांतर व्हावे यासाठी कायद्यात सुधारणा व्हावी. तंत्रज्ञानाची देवाण-घेवाण व्हावी.

जागतिक करार आणि तहांना पोषक वातावरण तयार व्हावे, ग्रामीण भागातील स्त्रियांसह सर्व स्त्रियांच्या क्षमतांचा विकास व्हावा, त्यांना सामाजिक सुरक्षा मिळवून द्यावी, लिंगभेदभाव तपासून स्त्री- पुरुषांसाठी आर्थिक तरतुदींचं पालन व्हावे, निर्णय प्रक्रियेत आणि राजकीय नेतृत्वपदी महिलांची संख्या वाढविण्यासाठी प्रयत्न व्हावेत.

सोप्या पद्धतीने माहिती संकलनाची माहिती दिली जावी. लिंगभेद विरहित विकासाच्या दिशेने वाटचाल व्हावी. स्थानिक पातळीवर कौशल्याचा विकास व्हावा. महिलामंत्री, महिला संघटना, महिला समिती यांचे अधिकार क्षेत्र वाढवावे.

अशातऱ्हेच्या मागण्या आणि ठराव परिषदेमुळे पुढे आले.त्यातूनच स्त्रियांसाठीच्या कायद्यात बदल आणि सुधारणा होत गेल्या. स्थानिक स्वराज्य संस्थांत

स्त्रियांसाठी ३३% राखीव जागांचे धोरण राबविण्यात आले. सरकारी घरांच्या मालकी हक्कांमध्ये स्त्रियांना निम्मा वाटा देण्यात आला. ७/१२ च्या उताऱ्यावर पतीबरोबर पत्नीचा नाव घालण्याची मुभा देण्यात आली. व्यक्तिगत कायद्यात सुधारणा करून स्त्रियांना न्याय देण्याचा प्रयत्न केला गेला.

स्त्री मुक्ती यात्रा

स्त्री- पुरुष समानता जनमानसात रुजविण्यासाठी आणि जागृती निर्माण करण्यासाठी यात्रेचं आयोजन करण्यात आलं होतं. विदर्भातील बुलढाणा,मलकापूर, अकोला, वाशिम, पुसद, यवतमाळ, वणी, पांढरकवडा, भद्रवती, चंद्रपूर, हिंगणघाट, नागपूर, कन्हान, वर्धा, पुलगाव, अमरावती आणि हिवरखेड या गावी या यात्रेचे कार्यक्रम झाले.

स्त्री मुक्ती यात्रा संघटित करत असताना त्यात सामील झालेले घटक निरनिराळे होते. सर्व संघटना, संस्था,राजकीय पक्ष स्त्रियांच्या प्रश्नांबद्दल आपली भूमिका विशद करण्याचा जाणीवपूर्वक प्रयत्न करताना दिसतात. गेल्या काही वर्षांत स्त्रियांसंबंधी घडत असलेल्या बदलाचे हे निदर्शक आहे.

स्त्री-पुरुष समानतेचा प्रश्न स्त्रियांप्रमाणे पुरुषांच्या दृष्टीनेही तितकाच महत्त्वाचा आहे. अन्याय, विषमता, दारिद्र्य, वर्ण व जातिभेद या सर्वांचे निर्मूलन करावयाचे असेल तर समाजाच्या दोन्ही घटकांना त्याविरुद्ध संघटित होऊन लढावे लागेल. स्त्री-मुक्ती म्हणजे स्त्री-पुरुष समानता, स्त्रीमुक्ती चळवळ ही स्त्रिया आणि पुरुष यांनी मिळून पुरुषप्रधान संस्कृती आणि पिळवणूक यावर आधारित समाजरचनेविरुद्ध करावयाची चळवळ आहे.

कुटुंब संस्था नव्या विचारावर, नव्या सांस्कृतिक आणि सामाजिक मूल्यांवर संघटित करण्याची चळवळ आहे. ही सूत्रे घेऊनच यात्रा निघाली. व्यापक एकजुटीच्या चळवळी संघटित करण्यासाठी संवाद, विचारांची देवाण-घेवाण आणि प्रत्यक्ष कृतीमध्ये सहकार्य या गोष्टी आवश्यक असतात. म्हणूनच निरनिराळ्या माध्यमांद्वारे सर्व वनविभागांना भिडण्याचा प्रयत्न यात्रेत केला गेला. सामाजिक उत्थापनासाठी आणि नवसमाजाच्या निर्मितीसाठी स्त्रीपुरुष समानतेचा विचार हा सर्वांना एकत्र गुंफणारा धागा आहे. हा धागा जितका बळकट होईल तितके मानवमुक्तीच्या व्यापक चळवळीचे उद्दिष्ट गाठणे शक्य होईल.

आंतरराष्ट्रीय महिला दशकाच्या सांगतेच्या निमित्ताने जे काही वैचारिक मंथन जगभर चालले होते ते व्यापक पातळीवर आम समुदायापुढे ठेवावे आणि योग्य विचार आत्मसात करण्यासाठी प्रवृत्त करावे एवढाच माफक हेतू यात्रेदरम्यान होता. सामाजिक

व सांस्कृतिक विकासासाठी एकजूट होणे आवश्यक होते व त्यासाठी व्यापक जनसमुदायांना सामोरे जाऊन नवीन जीवन समजावून घेण्यासाठी यात्रेचे प्रयोजन केलेलं होतं. खऱ्या अर्थाने देशाचा विकास व्हावयाचा असेल तर स्त्रियांचे अर्धे जग त्या विकासाच्या सर्व प्रक्रियांमध्ये अविभाज्य घटक म्हणून सामावले गेले पाहिजे. स्त्री मुक्ती चळवळीनेही हा विचार आत्मसात केला. स्त्रीमुक्ती यात्रेत सर्वच लोक एकजुटीचा कार्यक्रम म्हणून आपापले पक्ष व मतभेद बाजूला ठेवून सामील झाले होते.ज्या व्यापक एकजुटीचा आणि श्रमिकांच्या चळवळीबरोबर जाण्याचा ध्यास घेतला होता. त्या व्यापक एकजुटीच्या भावनेचे सर्वांनी स्वागत केले. स्त्रीमुक्ती संघटनेला संवाद साधायची तळमळ आहे. संवाद नसेल तर अनेक चांगले प्रयत्न एकमेकांना माहीत होत नाहीत. म्हणूनच अशा वैचारिक संवादाची देवाण-घेवाण होण्यासाठी यात्रेच्या माध्यमातून प्रयत्न केला गेला. याचा परिणाम अगदी कोरल्या प्रमाणे झाला. किंवा एकजुटीच्या स्वागत समित्या पुढे एकजुटीने व्यवहार करण्यासाठी सिद्ध झाल्या असे दिसले नाही पण स्त्रीमुक्तीच्या संकल्पनेचा सर्वत्र बोलबाला झाला. विचारांना चालना मिळाली. स्त्रियांच्या प्रश्नांबाबत आणि स्त्रीमुक्ती चळवळीबाबत लोकांमध्ये सहानुभूतीची मनोभूमिका तयार करण्याचे यात्रेचे उद्दिष्ट साध्य झाले.

प. महाराष्ट्र आणि विदर्भ या दोन्ही यात्रांच्या वेळी स्त्रीच्या वाट्याला येणारी वैयक्तिक उपेक्षा आणि सामूहिक विषमता व पिळवणूक याची चर्चा प्रामुख्याने होत होती. कोकण यात्रेत या प्रश्नांपेक्षा रोजगार व शिक्षण या प्रश्नांवर भर होता. ज्या तऱ्हेचा आर्थिक आणि औद्योगिक विकास पश्चिम महाराष्ट्रात झाला तशा प्रकारचा विकास कोकणचा झाला नाही. पोटापाण्यासाठी पुरुष माणसे मुंबईत असल्यामुळे तिथल्या स्त्रीला शेतीभाती, मुले, आणि म्हातारी माणसे या सर्वांची जबाबदारी घेऊन एकाकी जीवन घालवावे लागते. अन्याय दारिद्र्य, स्त्री-पुरुष विषमता, जातिभेद इ. गोष्टी येथेही आहेतच. त्यातील वेगळेपण लक्षात घेऊन विकासाचे प्रश्न हाताळायला पाहिजेत. कष्टकरी वर्ग संघटित झाला पाहिजे, आणि त्याने विकासकार्यात भाग घेतला पाहिजे.हा विचार स्त्रीमुक्ती संघटनेच्या कार्यकर्त्यांनी केला. आणि अगदी कटाक्षाने निरनिराळ्या वाड्या, वस्त्यांमधून फिरून जागृतीचे काम केले.

आंतरराष्ट्रीय महिला दशकाने प्रत्येक प्रश्न हा स्त्रियांचा प्रश्न आहे, अशी घोषणा दिला. ही घोषणा राजकीय, सामाजिक व श्रमिक संघटनांमधील कार्यकर्त्यांनी उचलून धरली. ग्रामीण भागापर्यंत स्त्रीमुक्तीच्या कल्पनेचे सामाजिक व राजकीय लोण पोहोचविण्याचे कार्य स्त्रीमुक्ती संघटनेने काढलेल्या स्त्रीमुक्ती यात्रेने थोड्याफार प्रमाणात केले.

आंतरराष्ट्रीय स्नेहभाव व दृढ ऐक्य

जगातल्या प्रत्येक देशातले स्त्री-जीवन वेगवेगळे असते. त्या त्या देशातली ऐतिहासिक-सामाजिक पार्श्वभूमी निरनिराळी असते. परिणामी स्त्रियांच्या सामाजिक समस्यांचे स्वरूप भिन्नभिन्न असू शकते. स्त्रियांचे हक्क, स्वातंत्र्य व समानता, प्रबोधनाची आणि आंदोलनाची जाण व प्रमाण कमी-अधिक असू शकते. वेळोवेळीच्या रूपाने त्यापुढे आलेल्या असतात.

स्त्री-दास्य-मुक्तीतले समान सूत्र

तरीही जगातल्या सर्व देशांतल्या स्त्रियांच्या प्रश्नांमध्ये एक समान धागा आहे का? याविषयीचे विचार दोन शतकांपूर्वीपासून सुरू झाले होते. फ्रेंच राज्यक्रांतीने स्त्रियांच्या स्वातंत्र्याचे व समानतेचे विचार पुढे आणले होते. १८७१ च्या पॅरिस कम्यूनच्या उठावात तर हे विचार ऐरणीवर आले.

औद्योगिक क्रांती आणि नंतर

इंग्लंडमधल्या औद्योगिक क्रांतीनंतर (१७६०-१८१०) खुद्द इंग्लंडमध्ये व अन्य युरोपियन देशांत भांडवलशाहीने आपली पाळेमुळे घट्ट केल्यानंतर स्त्रीस्वातंत्र्य व समानतेच्या चळवळी १९व्या शतकाच्या उत्तरार्धात जोरात सुरू झाल्या. स्त्रियांनाही मताधिकार असला पाहिजे ही इंग्लंडमधली 'सफ्रेजेट' नावाने ओळखली जाणारी चळवळ एखाद्या तुफानासारखी उफाळली. तिचे लोण युरोपातल्या सर्व देशांत व अमेरिकेतही पसरले. अमेरिकेत निग्रो लोकांची वंशभेदाविरोधी चळवळ, नागरी हक्कांची चळवळ व स्त्रियांची सामाजिक विषमतेविरोधी चळवळ हातात हात घालून पुढे सरसावली. या सर्व चळवळींचे स्वरूप केवळ एकेका देशातल्या स्त्रियांची चळवळ असे न राहता, एकूणच सर्व देशातल्या पीडित, शोषित जनतेच्या दास्य विमोचनाची जागतिक चळवळ, असे स्वरूप तिला प्राप्त झाले. उदयोन्मुख कामगारवर्गाच्या ट्रेड युनियन हक्कांच्या चळवळीशीही या चळवळींचे नाते जुळले.

आंतरराष्ट्रीय स्वरूप

याच काळात स्त्री-मुक्ती चळवळीला खऱ्या अर्थाने आंतरराष्ट्रीय (म्हणजे सर्व राष्ट्रांतर्गत) स्वरूप आले (प्रथमतः युरोप-अमेरिकेत). स्त्रियांना दास्यात ठेवणाऱ्या शक्ती सर्वच देशात आहेत व त्यांच्या विरोधात सर्वच देशांतल्या स्त्रियांनी एकजुटीने लढा उभारला पाहिजे ही आंतरराष्ट्रीय ऐक्याची कल्पना पुढे आली. प्रत्येक देशातील

स्त्री-मुक्ती चळवळींनी पाठिंबा दिला पाहिजे ही आंतरराष्ट्रीय दृढ मैत्रीचीची विचारधारा सर्वत्र पसरू लागली.

आंतरराष्ट्रीय महिलादिन

या ऐतिहासिक पार्श्वभूमीवर १९०७ साली स्टुटगार्टला (जर्मनी) व १९१० साली कोपेनहेगनला (डेन्मार्क) युरोपातल्या सोशॅलिस्ट विचारांच्या महिलांच्या परिषदा झाल्या. कोपेनहेगनच्या परिषदेत क्लारा झेट्किन व रोझा लुक्झेंबुर्ग या जर्मन कम्युनिस्ट महिला नेत्यांनी आंतरराष्ट्रीय दिनाचा ठराव मांडला. जगातल्या सर्व प्रतिगामी शक्तीविरुद्ध जगातल्या सर्व स्त्रियांनी आपली एकजूट उभारली पाहिजे या ब्रीदाखाली ८ मार्च हा आंतरराष्ट्रीय ऐक्य व स्नेहभावाचा दिन म्हणून साजरा करण्याचा निर्णय झाला. त्या बीजारोपणाचा आज जागतिक व्याप्तीचा केवढा प्रचंड वटवृक्ष झाल्याचे आपण पाहातोच.

स्टुटगार्टच्या परिषदेत मॅडम कामा यांचा भारतीय महिलांतर्फे सहभाग होता. मॅडम कामा विचाराने समाजवादीच होत्या. त्यांनी भारतीय महिलांतर्फे भाषण करून स्त्रियांचे हक्क व त्यांच्या आंतरराष्ट्रीय एकजुटीची आवश्यकता याला पाठिंबा दिला. आंतरराष्ट्रीय महिलादिनाच्या प्रणेत्या म्हणून इतिहासात मॅडम कामा यांचा उल्लेख करायला पाहिजे.

८ मार्च १९१०
आंतरराष्ट्रीय महिलादिनाची सुरुवात

युरोपामध्ये स्टुटगार्ट येथे आंतरराष्ट्रीय समाजवादी परिषद १९०७ साली भरली होती. साम्राज्यशाही, लष्करशाही, युद्ध आणि वसाहतवाद यांच्या विरोधात कामगारवर्गाची आंतरराष्ट्रीय एकजुटीची भूमिका आणि एकजुटीचा संघर्ष याविषयी निर्णय घेतले जात होते. या परिषदेत प्रथमतः जर्मन कम्युनिस्ट पक्षाची थोर पुढारी नेत्री क्लारा झेट्किन हिने स्त्रियांच्या हक्कांविषयी प्रश्न पुढे आणला. सर्व देशांतील स्त्रिया आणि माता-बालके यांच्या प्रश्नांविषयी आपण बोलायला नको काय? असा तिने परिषदेला सवाल केला. आपल्या आंतरराष्ट्रीय एकजुटीत त्यांना आणले पाहिजे, असं तिने मत मांडले. १७ ऑगस्ट १९०७ रोजी या विषयावर चर्चा झाली. स्त्रियांचे हक्क, माता व बालकांचे हक्क आणि मतदानाचा पुरुषांप्रमाणेच समान हक्क, यासाठी चाललेल्या स्त्रियांच्या लढ्याला आंतरराष्ट्रीय कामगारवर्गाने पाठिंबा दिला पाहिजे, असा निर्णय परिषदेने घेतला. युद्धविरोधी, शांतता, स्वातंत्र्य, लोकशाही आणि समाजवाद ही चळवळीची घोषवाक्ये ठरली.

या परिषदेला आलेल्या १५ देशांतील ५८महिला प्रतिनिधींनी आपली पहिली आंतरराष्ट्रीय समाजवादी महिला परिषद घेतली.

८ मार्च हा तो दिन ठरविण्यात आला. कारण १८५७ साली न्यू-यॉर्कमध्ये शिलाई करणाऱ्या कामगार स्त्रियांचा भीषण पिळणुकीविरुद्ध मोठा संप होऊन मोठी निदर्शने झाली. त्यांच्यावर जबर दडपशाहीही झाली. तो ८ मार्चचा दिवस होता. या लढ्यात सबंध जगभर फार मोठा पाठिंबा मिळाला होता. तेव्हा ८मार्च हाच आंतरराष्ट्रीय महिला दिन म्हणून ठरविण्यात आला.

या सर्व महिला हक्क आंदोलनात जर्मनीची आणखी एक विख्यात ट्रेड युनियन पुढारी आणि जर्मन कम्युनिस्ट पार्टीची नेत्री राझा लुक्झेंबुर्ग ही सातत्याने क्लारा झेट्किन यांची सहकारी होती.

स्त्रियांना स्वातंत्र्य व सर्व क्षेत्रांत समानता या ध्येयाच्या दिशेने पुढे या आंतरराष्ट्रीय महिला दिनाने जग व्यापले. आंतरराष्ट्रीय महिलादिनाच्या पहिल्या ठरावात क्लारा झेट्किनने म्हटले होते,

जगातल्या प्रतिगामी शक्तींच्या एकत्रित हल्ल्याविरुद्ध जगातल्या सर्व स्त्रियांची एकजुटीची आघाडी झाली पाहिजे.१९१० पासून एवढा काळ गेला. बीजिंग येथे १९९५साली झालेल्या ४थ्या विश्व महिला परिषदेच्या बिगर सरकारी एन. जी. ओ. फोरममधल्या ३० हजार महिला प्रतिनिधींची प्रतिगामी शक्तींविरुद्ध एकजुटीची आघाडी दिसून आली. जागतिकीकरणाच्या अनर्थकारी अर्थनीतीमुळे तर जगात विशेषत: महिलांवरील बेकारी, गरिबांचे संकट बळावले व स्त्रियांवर अत्याचार वाढले. ८ मार्च २००० रोजी विश्वातल्या सर्वच महिलांनी स्त्रियांवरील अत्याचार व गरिबाविरुद्ध जागतिक महिला मोर्चा काढला.

त्यातून क्लारा झेट्किनच्या या प्रभावी संदेशाची पूर्ण प्रचिती आली.

८ मार्च हा आंतरराष्ट्रीय महिलादिन स्त्रियांनी कां व कसा सुरू केला?

फार फार वर्षापूर्वीची गोष्ट. म्हणजे जगाच्या इतिहासात आपण एकोणिसाव्या शतकाचे पान उलटले. नुकतेच विसावे शतक सुरू झाले होते. अशा काळात स्त्रियांना नागरिक म्हणूनसुद्धा समजले जात नव्हते. देशाची एक नागरिक म्हणून मतदानाचा हक्कसुद्धा तिला नव्हता. मात्र युरोप खंडातल्या अनेक देशांत व अमेरिकेत कारखाने,गिरण्या निघू लागल्या होत्या. असंख्य स्त्रिया घराचा उंबरठा ओलांडून त्यात कामाला जाऊ लागल्या होत्या. स्वत:च्या पायावर त्या उभ्या राहू लागल्या होत्या. स्वत:च्या हक्कांची जाणीव त्यांना होऊ लागली होती.

अशा काळात युरोपामधल्या व अमेरिकेतल्या स्त्रियांनी आम्हीसुद्धा पुरुषांसारख्याच समान नागरिक आहोत आणि आम्हालाही मतदानाचा हक्क मिळावा अशी प्रचंड चळवळ सुरू केली. आज आपल्याला सहजासहजी मतदानाचा हक्क गाजविता येतो; पण तो पहिल्यांदा मिळविण्यासाठी या स्त्रियांना प्रचंड सभा-मिरवणुका काढाव्या लागल्या, पोलिसांचे फटकेही खावे लागले व तुरुंगातही जावे लागले.

मतदानाचा समान हक्क

त्या काळात पुरुषांपैकी मालमत्तावाल्यांनाच मताधिकार असे आणि कामगार, शेतकरी,कर्मचारी-शेतकरी संघटनांनी चळवळ सुरू केली. शिवाय गिरण्या-कारखान्यांत कामाचे तास १२-१४ असेही असत व पगाराबद्दल, कामाच्या पगारमानाची हमी, अशाही मागण्या केल्या. या कामगारांतही महिला कामगार पुष्कळ होत्या.

अशा दोन चळवळी चालू असताना १९१०साली युरोपामध्ये कोपेनहेगेन येथे अनेक देशांतील समाजवादी स्त्रियांची एक परिषद झाली. या परिषदेत जर्मनीतील क्लारा झेट्किन या एका मोठ्या ट्रेड युनियन कार्यकर्तीने सुचविले की,आपण अशा अलग चळवळी करू नयेत. सर्व देशांतील स्त्रियांनी एकत्र येऊन मतदानाच्या हक्कासाठी चळवळ करावी आणि कामगारांच्या व कर्मचाऱ्यांच्या ट्रे.यु. संघटनांनीसुद्धा,स्त्रियांना मतदानाचा हक्क मिळावा म्हणून आम्हांला पाठिंबा द्यावा. तिची सूचना सर्वांनी स्वीकारली. सर्व स्त्रियांचा मिळून एक कुठला तरी दिवस ठरवून त्या दिवशी सगळ्या देशातल्या स्त्रियांनी हक्कांसाठी एकमुखाने आवाज उठवावा असे ठरले. अमेरिकेत न्यूयॉर्कला १८५७ साली शिलाईच्या प्रचंड मोठ्या कारखान्यातील शेकडो कामगार स्त्रियांनी १० तासांच्या दिवसासाठी व कामाच्या बाबतीत माणुसकीचे नियम असावेत म्हणून मोठे निदर्शन केले होते व त्यावर पोलिसांनी लाठीहल्ला चढवला होता व पुष्कळ स्त्रिया या लाठीहल्ल्यात जखमी झाल्या होत्या. या स्त्रियांना अनेक देशांतल्या महिलांनी सभा घेऊन खूप पाठिंबा दिला होता. ही घटना ८ मार्च रोजी घडली होती. तेव्हा सर्व जगातल्या स्त्रियांनी एकजुटीचा आवाज उठविण्यासाठी ८ मार्च ही तारीख सगळ्यात श्रेयस्कर व अर्थपूर्ण आहे असे ठरवून दरवर्षीचा ८ मार्च 'जागतिक महिला दिन'म्हणून पाळावा असा निर्णय झाला. ही गोष्ट १९१० साली घडली व याचे श्रेय जर्मनीची फार मोठी ट्रे. यु. ची आणि महिलांची नेत्या क्लारा झेट्किन हिच्याकडे जाते.

८ मार्च १९१० ला सुरुवात झाली

तेव्हा १९१० सालापासून ८ मार्च हा महिला दिन केवळ एकाच राष्ट्रातील स्त्रियांचा नव्हे,तर राष्ट्रांराष्ट्रांतील स्त्रियांचा, एकजुटीचा,एकमेकीतील

सहकार्याचा,एकमेकींना पाठिंबा देण्याचा, आंतरराष्ट्रीय महिलादिन म्हणून साजरा होऊ लागला.

१९११साली युरोपातल्या डेन्मार्क, जर्मनी, ऑस्ट्रिया आणि स्वित्झर्लंड इत्यादी देशांतल्या एकूण १०लाख स्त्रियांनी ८ मार्च साजरा केला.

ही वाटचाल सुरू असताना, स्त्रियांना मतदानाचा हक्क मिळाला पाहिजे या मागणीबरोबरच स्त्रियांना स्वत:च्या पायावर उभे राहण्याचा आणि त्यासाठी पुरुषांप्रमाणेच काम मिळण्याचा हक्क मिळाला पाहिजे, अशी मागणी पुढे आली आणि स्त्रिया त्यासाठी चळवळ उभारू लागल्या.

१९१४ साल उजाडलं. पहिलं जागतिक महायुद्ध सुरू झालं. गावं, शहर, देश युद्धाच्या रणांगणांत होरपळून निघाले. शाळा, हॉस्पिटले, घरेदारे, बेचिराख झाली, हजारो स्त्रियांवर आपत्ती आली, अत्याचार, बलात्कारांना हजारो स्त्रिया बळी पडल्या, अन्नाअभावी, औषधाअभावी हजारो अर्भकं मेली, लाखो स्त्रिया विधवा झाल्या, लाखो मुलं अनाथ झाली.

जागतिक शांततेसाठी एकजूट

तेव्हा १९१५मध्ये पुन्हा एकदा झेट्‌किनच्याच प्रेरणेने जर्मनी, ब्रिटन, फ्रान्स, हॉलंड, इटली, पोलंड, रशिया, स्वित्झर्लंड या आपापसात लढणाऱ्या देशांतील स्त्रियांनी आपली परिषद घेऊन सांगितले की, शस्त्रास्त्रांचे कारखाने काढून जे संपत्ती कमावतात तेच देश एका देशाविरुद्ध दुसऱ्या देशाची युद्धे पेटवतात. आम्हा स्त्रियांचे,मुलांचे एकमेकांविरुद्ध काय वैर आहे की आम्ही एकमेकांची कत्तल करावी आणि मरावं. आम्हांला जगायचं आहे आणि आमच्या मुलांना सुखासमाधानानं वाढवायचं आहे. म्हणून आम्हांला ही युद्धं नकोत. जगात शांतता नांदावी आणि शस्त्रास्त्रांवर व्यर्थ होणारा,माणसाला मारण्यासाठी होणारा खर्च औषधपाणी, दूध-अन्न. शाळा, हॉस्पिटलं, घरदार यावर खर्च व्हावा, माणसाला जगण्यासाठी या पैशाचा उपयोग व्हावा. असा सर्व स्त्रियांनी सर्व देशांतल्या युद्धखोरांविरुद्ध आवाज उठवून एकमेकींना वैराचा नव्हे तर मैत्रीचा हात दिला. अशाप्रकारे १९१५पासून ८ मार्च हा दिन स्त्री-स्वातंत्र्य, स्त्री-समानता, स्त्रियांचे हक्क याबरोबरच मुलांचं सुखी भवितव्य व त्यासाठी जागतिक शांतता यासाठीही सर्व जगातल्या स्त्रिया भगिनींच्या नात्याने एकजुटीने पाळू लागल्या.

आंतरराष्ट्रीय महिलादिनाची व्याप्ती वाढली

पहिलं जागतिक महायुद्ध चालूच होतं. १९१७ साल उजाडलं. रशियातली कामगार- शेतकरी-कर्मचारी-कष्टकरी जनता या युद्धखोरीला कंटाळली. एकमेकांचे देश गिळकृत करणे, एकमेकांच्या देशांना गुलाम करणं असल्या धोरणाची सरकारं

नकोत, कष्टकऱ्याची पिळवणूक करून त्यांच्या श्रमावर गडगंज नफे कमावणाऱ्यांची सत्ता नको, असं ठरवून त्यांनी राज्यक्रांती केली आणि राजेरजवाड्यांना, झारशाहीला, जमीनदारांना आणि भाडंवलदारांना उलथून टाकून कष्टकरी जनतेचं राज्य स्थापलं. या क्रांतीत स्त्रियांनी पुढाकार घेतला. रशियात जे पहिलं समाजवादी राज्य आले त्यात स्त्रियांना संपूर्ण समान हक्क दिले. स्त्रियांना कुठे म्हणून बंदी नाही. अशा या पहिल्या समाजवादी देशाने ८ मार्च हा स्त्रियांच्या समानतेचा उत्सव-दिन, सुट्टीचा दिन म्हणूनच घोषित केला.

यानंतर जगातल्या परतंत्र देशांतल्या स्त्रियासुद्धा ८ मार्चचा आंतरराष्ट्रीय महिला दिन स्वातंत्र, समानता,आणि समाजवाद मिळवण्याचा दिन म्हणून साजरा करू लागल्या. नुसत्या युरोपातच नव्हे तर आशिया, आफ्रिका, लॅटिन अमेरिकासारख्या खंडातही तो पसरला.

* * *

८. कुटुंब नियोजनः स्त्री-पुरुष मुक्तीचे पहिले पाऊल

कुटुंब नियोजन कार्यक्रम शासकीय पातळीवर सुरू करणारा भारत जगातील पहिला देश होय. स्वातंत्र्यपूर्व काळात लोकसंख्या वाढीच्या ह्या प्रश्नांसंबंधी विचार झाला होता. १८६२ साली 'ज्ञान प्रसारक सभेत' वाचलेल्या निबंधात न्यायमूर्ती महादेव गोविंद रानडे म्हणाले, 'मनुष्याला सर्वांत बलवत्तर व्यथा म्हणजे भुकेची. ही जोपर्यंत नीट व्यवस्थेने तृप्त होत नाही तोपर्यंत देश कदापि सुखी होणार नाही व जोपर्यंत प्रजा वृद्धीची वांछा व क्रम बेतावर ठेवला जात नाही तोपर्यंत जी वृद्धी होते यास अन्न अन्न करीत भीक मागणे हे दिलेले आहे. ह्या दोन्ही गोष्टी एकदम होऊ शकत नाहीत..... थोर जाहल्याविना लग्न न करण्याचा व जवळ बायकामुले पोसण्याचे सामर्थ्य असल्याशिवाय कुटुंबवत्सल न होण्याचा असे दोन निर्बंध अवश्य ठेविले पाहिजेत.' त्यानंतर वीस वर्षांनी १८८२ मध्ये 'केसरी'त स्त्रीदास्य विमोचन लेखात सुधारकाग्रणी गोपाळ गणेश आगरकर म्हणतात, 'आम्हांस असे वाटते की कालांतराने फाजील संत्युत्पत्ती होऊ न देता स्त्रीपुरुषांचा संभोग होऊ देण्याची युक्ती काढता येईल. स्त्रियांच्या आरोग्य रक्षणाला आवश्यक म्हणून जी काय दोन-तीन मुले ठरतील तेवढी तरुण वयात करून घेतली म्हणजे पुढे टाकसाळ बंद ठेवण्याचा उपाय शोधून काढण्याकडे वैद्यकशास्त्राचे मन लागले आहे व या कामात त्यास लवकरच यश येण्याची चिन्हे दिसू लागली आहेत. असे झाले तर आत्ताप्रमाणे डझन किंवा दीड डझन अल्पायुषी मनुष्यप्राणी जगात आणण्यापेक्षा आईबापांच्या जागी खुंटास खुंट उभा करण्यापुरती दोन सुदृढ पोरे झाली तर बस्स आहेत.' 'सुधारक' कर्ते आगरकर यांनी १२५ वर्षांपूर्वी लोकसंख्या वाढीच्या प्रश्नाचे गांभीर्य व कुटुंब नियोजनाची निकड ओळखली होती. न्या. रानडे व 'सुधारककर्ते आगरकर ह्यांची विशेष दूरदृष्टी दिसून येते. १९२१ सालापासून थोर बुद्धिप्रामाण्यवादी समाजसुधारक प्रा.र.धों. कर्वे यांनी लोकसंख्या प्रश्नाचे उग्र स्वरूप, तीव्रता ह्याची चाहूल लागल्यानंतर सारे आयुष्य संतती नियमनाच्या कार्यासाठी वाहिले. 'गणित शिकवायला तुम्हांला पाहिजे तितकी माणसे मिळतील पण माझा प्रचार मी केला नाही तर तो बंद पडण्याचा संभव आहे आणि मला तो महत्त्वाचा वाटतो. तेव्हा वेळ पडल्यास मी तुमची नोकरी सोडीन पण प्रचार सोडणार नाही.' असे स्पष्ट

रोखठोक उत्तर विल्सन कॉलेजच्या अधिकाऱ्यांना देऊन गणित विषयाची पूर्ण वेळ प्राध्यापकाची नोकरी १९२४ मध्ये त्यांनी सोडली. १९२३ सालीच र.धों.कर्वे यांचे 'संततिनियमन' हे पुस्तक प्रसिद्ध झाले. जुलै१९२७ पासून 'समाजस्वास्थ्य' हे मासिक व्यक्तीच्या व समाजाच्या शारीरिक व मानसिक आरोग्याची व त्यासंबंधी उपायांची चर्चा करणे ह्या उद्देशासाठी सुरू केले व ऑक्टोबर १९५३ पर्यंत निष्ठेने, निश्चयाने, निर्धाराने चालविले, प्रकाशित केले. १४ ऑक्टोबर१९५३ रोजी हा द्रष्टा समाजसुधारक काळाच्या पडद्याआड गेला. 'आपणास मुले किती असावीत हे ठरविण्याचा हक्क प्रत्येक स्त्रीला आहे', असे प्रो. कर्वे म्हणत. आपल्या मासिकातून त्यांनी गुप्तरोग, नग्नता, डोळ्यांची काळजी, हवा, पडसे,पचन या विषयांसंबंधी लेख लिहिले आहेत.

११जून १९३० रोजी तत्कालीन म्हैसूर संस्थानाने शासकीय पातळीवरील पहिले कुटुंब नियोजन केंद्र सुरू केले. १९३४ मध्ये अखिल भारतीय महिला परिषदेने आपल्या त्रिवेंद्रम येथील वार्षिक अधिवेशनात कुटुंब नियोजन कार्यक्रमास संपूर्ण पाठिंबा देणारा ठराव पास केला. देशातील स्वयंसेवी संस्थांनी हे काम करण्यास आरंभ केला.राष्ट्रीय सभेच्या (कॉंग्रेस)१९३५ मध्ये स्थापन झालेल्या नेहरू समितीने कुटुंब नियोजनासंबंधी स्पष्टपणे शिफारसपूर्वक म्हटले होते की, सामाजिक अर्थ-व्यवस्था,कौटुंबिक सुख, राष्ट्रीय नियोजन यासाठी कुटुंब नियोजन व मुलांची मर्यादित संख्या आवश्यक आहे आणि सरकारने या कार्यास चालना व प्रोत्साहन देण्यासाठी धोरण आखावे. संतती नियमनाच्या स्वस्त व सुलभ साधनांच्या माहितीचा प्रचार व आग्रह अगत्याचा आहे. संतती नियोजन केंद्रे सुरू करावीत व उपद्रवी साधनांचा वापर व जाहिरात यांना प्रतिबंध करण्यासाठी आवश्यक ते उपाय योजले जावेत. वेड, तत्सम सांसर्गिक रोगाने पछाडलेल्या रोग्यांची संततीप्रतिबंधक शस्त्रक्रिया करण्याचा वंश सुधार कार्यक्रमाचा समावेश असावा. आपल्या देशातील सर्वांत मोठ्या राजकीय व संभाव्य सत्ताधारी पक्षाने कुटुंब नियोजनाचा एवढ्या नि:संदिग्धपणे पुरस्कार करावा ही घटना आगामी घडणाऱ्या प्रश्नांची व धोरणांची चाहूल होती,असे म्हटले पाहिजे. पहिल्या योजनेत कुटुंब नियोजनाचा समावेश जुलै १९४९ मध्ये स्थापन झालेल्या फॅमिली प्लॅनिंग असोसिएशन ऑफ इंडियाच्या अध्यक्ष श्रीमती धनवंती रामाराव व त्यांच्या सहकारी श्रीमती आवाबाई वाडिया यांच्या अथक प्रयत्नांमुळे, सातत्यपूर्ण आग्रहामुळे झाला. पहिल्या योजनेत ह्या कार्यक्रमासाठी तरतूद होती अवघी रु.६५ लक्ष रकमेची. केंद्र शासनाचा ह्या संबंधीचा दृष्टिकोन वस्तुनिष्ठ, दूरचा विचार करणारा होता. कार्यक्रमासंबंधीचा विचार, भूमिका स्पष्ट होती. कुटुंब हा समाजातील अतिशय महत्त्वाचा घटक आहे. तेव्हा संतती नियमन किंवा दोन मुलात वयाचे अंतर भरपूर असणे एवढ्याच अर्थाने ह्या प्रश्नाकडे पाहिले जाऊ नये तर कुटुंबाचा आर्थिक,सामाजिक व सांस्कृतिक

विकास होण्यास अनुकूल वातावरण निर्माण करणे हे कुटुंब नियोजन कामाचे ध्येय असले पाहिजे.या दृष्टीने केवळ संतती नियमनावर भर देऊन चालणार नाही तर लैंगिक शिक्षण, विवाह मार्गदर्शन व वैवाहिक आरोग्य, दोन मुलांच्या जन्मात अंतर ठेवण्यासंबंधी माहिती इत्यादी कुटुंब कल्याणास आवश्यक त्या सर्व गोष्टींचा कुटुंब नियोजन कार्यक्रमात अंतर्भाव झाला पाहिजे. वंध्यत्व दूर करण्याची सोयही ह्या कार्यक्रमात असावी,असेही कुटुंब नियोजन संशोधन व कार्यक्रम समितीने म्हटले आहे. समितीची ही भूमिका व्यापक,समग्र विविध अंगांचा विचार करणारी होती. पहिल्या योजनेत कुटुंब नियोजन काम करणाऱ्या केंद्राचे नाव होते 'कुटुंब कल्याण नियोजन केंद्र'. कुटुंब नियोजन कार्यक्रमात 'कुटुंब कल्याण' चा अंतर्भाव पहिल्या योजनेपासूनच होता. पंतप्रधान जवाहरलाल नेहरूंचा कुटुंब नियोजन कार्यक्रमास संपूर्ण पाठिंबा होता. 'आमचे आर्थिक प्रश्न लोकसंख्येत घट झाल्याशिवाय सुटणार नाहीत.... आपल्या लोकसंख्येसच नव्हे तर तर ह्याहून मोठ्या लोकसंख्येच्या गरजा पुरवू शकू त्यासाठी उत्पादनात आपल्याला मोठी मजल गाठायला हवी. मला वाटते,लोकसंख्या फार वाढायला नको व लोकसंख्येची वाढ नियंत्रित करायला हवी.' पंतप्रधान नेहरूंना भारताची सर्वच क्षेत्रांत उदाहरणार्थ कृषी, शिक्षण,उद्योग,आरोग्य इत्यादी क्षेत्रात वेगाने प्रगती हवी होती. म्हणून त्यांनी असे उद्योगधंदे, कारखाने, वैज्ञानिक प्रयोगशाळांच्या विकासावर जाणीवपूर्वक भर दिला.

एप्रिल१९६१पासून सुरू झालेला तिसऱ्या पंचवार्षिक योजनेत कुटुंब नियोजन कार्यक्रमास विशेष स्थान देण्यात आले. त्यासाठी रु.२७ कोटींची तरतूद करण्यात आली. कार्यक्रमास गती देण्यासाठी पाच कलमी योजना मांडली गेली. तिचे स्वरूप असे होते:

१. कुटुंब नियोजन कार्यक्रम व्यापक करण्यासाठी आवश्यक ती सामाजिक पार्श्वभूमी तयार व्हावी म्हणून शिक्षणाच्या द्वारा जनमत जागृती, कार्याच्या आवश्यकतेचा, उपयुक्ततेचा आणि राष्ट्रीयदृष्ट्या गरजेचा प्रसार करून जनतेला त्याचे महत्त्व पटविण्यासाठी मानसिक व सामाजिकदृष्ट्या तयार करणे.

२. आरोग्यरक्षण व कुटुंब नियोजन या दोन्ही कार्यक्रमांची सांगड घालणे.

३. कुटुंब नियोजनाला मदत करण्यासाठी सोयी उपलब्ध करणे, औषधोपचार केंद्रातून शस्त्रक्रियेची सोय व कृत्रिम साधनांचे वाटप करण्याची व्यवस्था करणे.

४. वैद्यकीय महाविद्यालये व इतर वैद्यकीय स्वरूपाच्या शिक्षणविषयक कार्यक्रमात वाढ करणे.

५. कुटुंब नियोजनाच्या मोहिमेत स्थानिक समाज कार्यकर्त्यांचा अधिकाधिक सहभाग व्हावा म्हणून व्यवस्था, प्रयत्न करणे. या योजनेच्या काळात आरोग्य मंत्रालयात कुटुंब नियोजन खाते निर्माण करणे आणि आरोग्य व कुटुंब नियोजन हे नामाभिधान १९६४ पासून १९७७ पर्यंत होते.

१९६७ मध्ये तत्कालीन उपपंतप्रधान व अर्थमंत्री मोरारजीभाई देसाई यांनी आपला पूर्वीचा कुटुंब नियोजन कार्यक्रमाचा विरोध विसरून त्यावेळेचे आरोग्य व कुटुंब नियोजन मंत्री डॉ.एस चंद्रशेखर यांना अर्थमंत्रालयाकडून भरघोस आर्थिक साहाय्य व तरतुदीचे आश्वासन दिले.१९६६-६७ वर्षापासून कार्यक्रमाचे स्वरूप समयबद्ध व लक्ष्यांकित झाले. राज्यशासनाकडून शस्त्रक्रिया, तांबी, तोंडी गोळ्या संबंधीची उद्दिष्टे-इष्टांक जिल्हा आरोग्याधिकाऱ्यांना, त्यांचेकडून विकासगट व प्राथमिक आरोग्य केंद्रे यांच्या अधिकाऱ्यांना आणि शेवटी प्रत्येक आरोग्य व कुटुंबनियोजन कार्यकर्त्यांना दिली जाऊ लागली. ग्रामसेवक व प्राथमिक शिक्षक यांनाही लक्ष्यांक दिली जात. ही पद्धत ३० वर्षे म्हणजे १९९६पर्यंत चालू होती. त्यानंतर स्वयंप्रेरित लक्ष्ये,इष्टांक असावीत असे शासनाचे धोरण आहे. लक्ष्य,इष्टांक ह्यामुळे कार्यक्रमास गती आली हे निश्चित.पण त्याचबरोबर १९७५-७७ मधील आणीबाणीच्या काळात विशेष करून उत्तरेतील राज्यात इष्टांक प्राप्तीसाठी जुलूम जबरदस्ती, सक्ती अवलंबिण्यात आली. त्यामुळे हा कार्यक्रम अवघ्या जनमानसातून संपूर्णपणे उतरला व बदनाम झाला. जुलूम-जबरदस्ती प्रामुख्याने पुरुषवर्गावरच झाली असल्यामुळे पुरुषवर्गाने कार्यक्रमाच्या जबाबदारीतून पूर्णपणे फारकत घेतली. पुरुष वर्गाच्या अनास्थेमुळे, औदासिन्यामुळे कुटुंब नियोजन हा स्त्रियांचा, स्त्रियांसाठीचा कार्यक्रम आहे असे अनेकदा वाटू लागले. साधने व शस्त्रक्रिया स्वीकारण्यास प्रोत्साहक रक्कम दिली जाऊ लागली. त्यामुळे ह्या कार्यक्रमास काही ठिकाणी फसवाफसवी, बनवाबनवी, लबाडी, खोटेपणाचे स्वरूप प्राप्त झाले. अर्थात त्यांचे प्रमाण राज्याराज्यांत सारखे नव्हते,वेगळे होते. राज्य शासनाला उद्दिष्टप्राप्तीसाठी पारितोषिके दिली जात असल्यामुळे काही वेळा गैरमार्गाचे व्यवस्थापन,खोटेपणा आला होता. याचा अर्थ असा मुळीच नाही की सर्वच वेळा सर्वत्र असे झाले. त्यामुळे ह्या कार्यक्रमास अनिष्ट, अशुद्ध स्पर्धेचे स्वरूप काही वेळा प्राप्त झाले हे नाकारता येणार नाही. १९५६-५७ पासून शस्त्रक्रिया करून घेणाऱ्यास (दैनिक रोजगारीची रक्कम बुडाल्यामुळे) नुकसान भरपाई दिली जाते. आणीबाणीनंतर आलेल्या जनता सरकारने कुटुंब नियोजन बदलून 'कुटुंब कल्याण' हे नाव स्वीकारले. ते आजही कायम आहे. आणीबाणीत १६एप्रिल१९७६रोजी तत्कालीन आरोग्य व कुटुंबनियोजन मंत्री डॉ. करणसिंह ह्यांनी लोकसभेत एकूण १८ प्रमुख वैशिष्ट्ये असलेले राष्ट्रीय लोकसंख्या धोरण जाहीर केले. सक्तीचे शस्त्रक्रिया धोरण तसा कायदा विधेयक

पास करण्यासाठी राज्यांना दिलेली परवानगी ही उपाय योजना एक वर्षातच १९७६-७७ मध्ये राजकीयदृष्टच्या फसली. हे धोरण राजकीयदृष्टच्या अदूरदर्शी, प्रशासकीयदृष्ट्या अव्यवहारी आणि मानवी स्वातंत्र्य, मानवी हक्कांच्या दृष्टीने अयोग्य, अवास्तव, अतिरेकी होते. भारतातील कोणतेही केंद्र शासन व राज्य सरकार यापुढे हे घातकी धोरण, उपाययोजना स्वीकारण्याचे धाडसी पाऊल उचलणार नाही. त्यानंतरच्या केंद्र शासनाने कुटुंब कल्याण कार्यक्रमास नवी दिशा, आर्थिक गती, वेगळी उपाययोजना देण्यासाठी फारसे काही केलेच नाही. नरसिंह राव शासनाने या प्रश्नास अगदी थोडी चालना दिली.त्या वेळचे केरळचे मुख्यमंत्री करुणाकरन यांच्या अध्यक्षतेखाली लोकसंख्या समिती १९९१मध्ये नेमली. त्यानंतर भारत सरकारने कृषितज्ज्ञ डॉ. एम. एस. स्वामीनाथन यांच्या अध्यक्षतेखाली राष्ट्रीय लोकसंख्या धोरणाचा मसुदा ठरविण्यासाठी एक समिती नेमली. समितीने आपला अहवाल २१ मे १९९४ रोजी आरोग्य व कुटुंब कल्याण मंत्रालयात सादर केला. लोकसंख्या धोरण, दिशा मार्ग, यंत्रणा,अंमलबजावणी यासंबंधी तपशीलवार विवेचन डॉ. स्वामीनाथन समितीने आपला अहवालात केले आहे. इ.स.२०१० पर्यंत राबविण्यासाठी समितीने पुढील दहा कलमी उद्दिष्ट योजना मांडली आहे.

१. किमान गरज-कार्यक्रमाची अंमलबजावणी, आर्थिक शिक्षणाचे सार्वत्रीकरण, मुलामुलींच्या शाळेतील गळती प्रमाणात घट,प्राथमिक आरोग्य सेवेस प्राधान्य.
२. १८ वर्षांखालील मुलींच्या विवाहाच्या प्रमाणात घट.
३. प्रशिक्षित दाईकडून प्रसूतीचे प्रमाण-१०० टक्के व्हावे.
४. प्रसूत्योत्तर मातामृत्यूचे प्रमाण एक लक्ष जन्मामागे १०हून कमी.
५. बालकांचे लसीकरण,पांडुरोग, डांग्या खोकला,धनुर्वात, गोवर, अतिसारासारख्या रोगी प्रमाणात घट.
६. बालमृत्यू प्रमाणात घट, दर हजार जन्मामागे ३०,एक ते चार वयोगटातील मुलांच्या मृत्यू प्रमाणात घट आणि कमी वजने-२-५किलोहून कमी मुलांच्या मृत्यूत विशेष घट.
७. अपत्य जन्म मर्यादित ठेवण्यासाठी सर्वांस माहिती उपलब्ध, यामुळे कुटुंब नियोजन साधनासंबंधी संपूर्ण निवड स्वातंत्र्य.
८. जननप्रमाण ३.६(१९९१)वरून २.१(२०१०)पर्यंत आणण्यासाठी गुणात्मक साधनसेवा मिळण्यासाठी सार्वत्रिक उपलब्धता.
९. एड्सचे व लैंगिक रोगांचे प्रमाण आटोक्यात.
१०. जन्म,मृत्यू विवाह ह्यांची संपूर्ण नोंदणी.

ह्या कार्यक्रमात आणखी भर घालता येईल पण ही दश कलमी योजना विशेष निकडीची आहे हे संबंधितांनी ध्यानात ठेवणे आवश्यक आहे. १९९४ मध्ये भारत सरकारने प्रसूतिपूर्व गर्भलिंग निश्चिती प्रतिबंधक कायदा पास केला. तरीही पंजाब, हरयाणा, दिल्ली, गुजरात, महाराष्ट्र आदी राज्यांत बालिकांचे प्रमाण कमी होत आहे, ही विशेष चिंतेची बाब आहे. १ एप्रिल १९७२ पासून भारतात वैद्यकीय गर्भपात कायदा अमलात आला. या कायद्याचा हेतू होता व आहे गर्भपाताची सोय योग्यबाबतीत उपलब्ध करून देणे, छुप्या बेकायदेशीर गर्भपातास प्रतिबंध वैद्यकीय गर्भपात कायदा हे कुटुंब नियोजन साधन नसून अपंग,व्यंग बालकांच्या जन्मास रोखणे, घट आणणे.

११. मे २००० रोजी केंद्रसरकारने राष्ट्रीय लोकसंख्या धोरण जाहीर केले व १०० सदस्य असलेला एक लोकसंख्या आयोग नेमला. त्यामध्ये १२ नव्या योजना,१४ राष्ट्रीय सामाजिक लक्ष्ये आणि कुटुंब नियोजन कार्यक्रम स्वीकारण्यास १५प्रोत्साहनपर लाभ आहेत. जून २००४ मध्ये संयुक्त पुरोगामी दल शासनाने देशातील दुर्बल,कमी प्रगती झालेल्या जिल्ह्यांतील कुटुंब नियोजनास बळकटी देण्याचे धोरण आखले आहे. सुदैवाने या कार्यक्रमास पहिल्या योजनेपासून १०व्या योजनेपर्यंत पैशाची कधीच वाण नव्हती. रु.६५लक्षापासून आता रु. ६०००कोटीहून अधिक रक्कम अनुदान म्हणून दिली जाते. महाराष्ट्र राज्याने गेल्या ४७ वर्षात या कार्यक्रमात१०हून अधिक वेळा राष्ट्रीय पुरस्कार, पारितोषिके मिळविली आहेत. १९४७ पूर्वी झालेले प्रबोधन, जागृती, शासनाचे पुरोगामी धोरण, जनसामान्यांचा सहभाग यांच्या सामूहिक प्रयत्नांचे हे फलित आहे.

बालिकांचे घसरते प्रमाण : अलीकडे १०-१५ वर्षांत महाराष्ट्रात व पंजाब, हरयाणा, दिल्ली, गुजरात आदी राज्यांत ०-६ वयोगटातील बालिकांचे प्रमाण घटत आहे ही विशेष चिंतेची बाब आहे.

* * *

९. कुटुंब जीवन शिक्षण

विसावे शतक मावळले, दुसरे सहस्रक समाप्त झाले. मानवी इतिहासात विसावे शतक अनेक अर्थांने क्रांतिकारी शतक म्हणून नोंदवले जाईल. दोन महायुद्धे, रशियन साम्राज्याचा उदयास्त, दोन स्फोट-अणुस्फोट व लोकसंख्या स्फोट, दुसऱ्या महायुद्धातील फॅसिझमचा पराभव, भारतासह आग्नेय आशिया, ईशान्य आशिया, आफ्रिका, दक्षिण अमेरिका व मध्य युरोप अशा जगाच्या सर्वच विभागात भांडवलदारी साम्राज्यवादापासून मुक्त होणाऱ्या स्वतंत्र राष्ट्रांची निर्मिती, ह्या राजकीय भूगोलात बदल करणाऱ्या घटना आहेत. त्याचबरोबर विज्ञान व तंत्रज्ञान क्षेत्रात आश्चर्यकारक, उपकारक बदल झालेले आहेत. ह्या बदलांमुळे सामूहिक मानवी जीवनाचा ढाचाच बदलला आहे. तो ह्या विसाव्या शतकामध्ये. इतर शतकांच्या तुलनेत विसावे शतक हे निर्मितीक्षम घटकांच्या प्रचंड विकासाचे आणि त्याचबरोबर संपत्ती निर्माण करणाऱ्या वाढत्या क्षमतेचे साक्षीदार आहे. औद्योगिक क्षेत्र, माहिती तंत्रज्ञान, वैद्यकीय शोध उपकरणे, तंत्रज्ञान आदी क्षेत्रांत सातत्याने विशेष वेगाने बदल होत आहेत. अठराव्या शतकाच्या आठव्या दशकाशेवटी १७८९ मध्ये फ्रेंच राज्यक्रांती झाली आणि स्वातंत्र्य, समता, बंधुता ह्या मानवी मूल्यांची उद्‌घोषणा झाली आणि त्यामुळे एका युगाचा आरंभ झाला, असे म्हटले पाहिजे. समाजवादी विचारांचा उदय ह्या क्रांतीमुळे झाला. एकोणिसाव्या शतकाच्या मध्यास मार्क्स आणि एंजल्स यांनी कामगार वर्गाचा सिद्धांत मांडला. त्याचा वारसा विसाव्या शतकाने चालविला. सर्व समाजवादी क्रांत्या विसाव्या शतकात झाल्या. समाजवादाचे तत्त्वज्ञान जगाच्या कानाकोपऱ्यापर्यंत पोहोचले आणि समाजवादासाठी लढा हे विसाव्या शतकाचे तत्त्व बनले. ह्या सर्व बदलांचे परिणाम मानवी जीवनावर झाले.

स्त्रिया आपल्या न्याय्य हक्कांसाठी संघटित होऊ लागल्या. स्त्री कामगारांनी ८ मार्च १९०८ रोजी न्यूयॉर्कमध्ये संप घडवून आणला. दुसऱ्या महायुद्धानंतर अमेरिकेतील महिला जीवनात महत्त्वाचे बदल घडून येऊ लागले. स्त्रियांचे आर्थिक स्वातंत्र्य हे कौटुंबिक जीवनाशी निगडित असा मुद्दा होता. १९६० मध्ये महिला चळवळ मूळ धरू लागली तेव्हाच कुटुंब नियोजनासाठी, पाळणा लांबविण्यासाठी व थांबविण्यासाठी तोंडी घ्यावयाच्या गोळीचा शोध साकार झाला. विसाव्या शतकात लोकसंख्या स्फोट

होण्याचा आरंभ झाला. १९३० मध्ये जगाची लोकसंख्या २अब्ज होती, ती ३०वर्षात १९६० मध्ये ३अब्ज झाली. १९७४ मध्ये (विश्व लोकसंख्या वर्ष) ४अब्ज झाली. ही समस्या विश्वसमस्या होऊ लागली. प्रत्येक देश आपापल्या धोरणानुसार ह्या प्रश्नाचा मुकाबला करू लागला.

१९५१ पासून पहिल्या पंचवार्षिक योजनेपासून आपल्या देशात शासकीय पातळीवर कुटुंबनियोजन कार्यक्रम सुरू झाला. महाराष्ट्रात 'समाजस्वास्थ्य' कर्ते प्रो. र. धों. कर्वे ह्यांनी १९२१ पासून प्रबोधनाचे काम सुरू केले.

२३ जुलै १९४९ रोजी मुंबईत शहरात फॅमिली प्लॅनिंग असोसिएशन ऑफ इंडिया या स्वयंसेवी संस्थेची स्थापना झाली. या संस्थेचा प्रसार, सदस्यांत वाढ झाली ह्याचे मुख्य कारण म्हणजे तिची उद्दिष्टे नेमकी, जीवनस्पर्शी, राष्ट्रहिताची आहेत. ती मुख्य उद्दिष्टे आहेत –

१. कुटुंबनियोजन व जबाबदार पालकत्व यासंबंधी जनसामान्यांचे प्रबोधन.

२. प्रभावी कुटुंबनियोजन सेवांचा पुरस्कार, सोय व साहाय्य आणि यामार्फत आई–वडिल, मुले व तरुण वर्गाचे मानसिक तसेच आरोग्यशिक्षण व संवर्धन.

३. स्वतःच्या, समाजाच्या आणि जगाच्या लोकसंख्याविषयक प्रश्नांसंबंधी जनसामान्यांचे शिक्षण व प्रबोधन.

४. मानवी प्रजोत्पादन व नियमन यासंबंधीच्या सर्व पैलूंविषयीच्या योग्य संशोधनास चालना, संशोधनांचे प्रकाशन व प्रसिद्धी.

कुटुंबनियोजन हा एक मानवी हक्क आहे. तेहरानच्या आंतरराष्ट्रीय मानवी हक्क परिषदेत असे तत्त्व मान्य केले गेले की,'आपल्याला मुले किती व कोणत्या अंतराने व्हावीत हे मोकळेपणाने व जबाबदारीने ठरविण्याचा मूलभूत मानवी हक्क आई–वडलांना आहे'. फेडरेशनने त्यासाठी एक–दोन कलमी सनद केली आहे. या सनदेची मुख्य उद्दिष्टे पुढीलप्रमाणे–

१. लैंगिक व प्रजोत्पादन हक्क हा मूलभूत मानवी हक्क आहे हे मान्य होण्यासाठी आवश्यक ती जाणीव जागृती निर्माण करणे.

२. यासाठी स्वयंसेवी संस्थांचे सामर्थ्य व कार्यक्षमता वाढवणे.

मुक्त व पुरेशा माहितीवर आधारित निवड करण्याचा मानवी हक्क स्त्रिया, पुरुष आणि तरुण–तरुणींना आहे. या मार्गदर्शक तत्त्वांचा प्रसार करणे, हे फेडरेशनचे मुख्य उद्दिष्ट आहे, हा हक्क आहे. आपल्या लैंगिक व प्रजोत्पादन स्वास्थ्याच्या संबंधीचा तरुण–तरुणींचा सहभाग हा इंटरनॅशनल प्लॅन्ड पेरेंटहूड फेडरेशनच्या कार्यविषयक दृष्टिकोनाचा तसेच कार्यपद्धतीचा मुख्य गाभा आहे. फेडरेशनच्या सर्व कार्यक्रमात एक समान भागीदार म्हणून तरुण वर्ग काम करतो. फेडरेशन ही एक आंतरराष्ट्रीय स्वयंसेवी

संस्था आहे. फेडरेशनच्या देशोदेशींच्या असोसिएशनमधून अनेक कार्यकर्ते या समर्पित भावनेने काम करीत आहेत. चीन व इतरही देशांतून फॅमिली प्लॅनिंग असोसिएशनसाठी लक्षावधी स्त्री-पुरुष स्वयंसेवी कार्यकर्ते समाज प्रबोधन जागृतीच्या कामासाठी आपला वेळ, शक्ती देत आहेत.

सामाजिक विकास, लोकसंख्या, मानवी हक्क आणि महिला प्रगती हे चारही विषय फेडरेशनच्या आस्थेचे, जिव्हाळ्याचे, अगत्याचे असेच आहेत. यासाठी येत्या अनेक दशके फेडरेशन कार्यरत राहणार आहे.

अन्न, वस्त्र, निवारा, शिक्षण, आरोग्य आणि मनोरंजन ह्या मानवी जीवनाच्या सहा मूलभूत गरजा आहेत. ह्या सर्व गरजा भागविण्यासाठी शेती, कापडगिरण्या, अभियांत्रिकी, मानवी संशोधन, वैद्यकीय आणि प्रसारमाध्यमे ह्या सर्व शाखांमध्ये वेगाने प्रगती होत आहे. नवे संशोधन, नवे शोध, नवी तंत्रविद्या यामुळे मानवी जीवन स्वस्थ, सुसह्य, आनंदी परिपूर्ण होण्यास उपकारक, साहाय्यभूत होत आहेत. ह्या सर्व शोध, संशोधनाचा परिणाम मृत्यू प्रमाणात विशेष घट होण्यात झाला आहे. त्यामुळे लोकसंख्येत वाढ होत आहे. ११ जुलै १९८७ रोजी जगात ५अब्जावे अपत्य जन्मास आले आणि त्या दिवशी जगाची लोकसंख्या ५ अब्ज झाली.११ जुलै हा दिवस तेव्हापासून 'विश्व लोकसंख्या दिन' म्हणून पाळला जातो. त्यानंतर २० ऑक्टोबर १९९८ रोजी विश्व लोकसंख्या ६ अब्ज झाली. ह्या प्रचंड लोकसंख्येचे तरुण वर्गाला भान यावे म्हणून प्रयत्न मात्र १९६५ पासून सुरू झाले. ही लोकसंख्या तेव्हाही खूप वेगाने वाढत होती. त्याचे स्वरूप, परिणाम युवक-युवतींना समजावून सांगणे, त्यांना घडविणे हे निकडीचे, महत्त्वाचे काम आहे. सप्टेंबर १९७०मध्ये बँकॉक येथे आयोजित केलेल्या युनेस्को कार्यशाळेत लोकसंख्या शिक्षणाची व्याख्या केली होती." Population Education is an educational programme which provides for a study of the population situation in the family. Community, nation and world with the purpose of developing in the students rational and responsible attitudes and behaviour towords coping with the situation." माहिती व ज्ञान लाभल्यानंतर वृत्ती-प्रवृत्ती, आचार-विचार, कृती दृष्टिकोन तयार होण्यास व नंतर ते पक्व, निश्चित होण्यास मदत होते. देशातील परिस्थितीच्या, प्रश्नांच्या संदर्भात लोकसंख्या शिक्षणातील भर बदलत असतो. उदा. ३०-३५ वर्षांपूर्वी अमेरिकेतील लोकसंख्या शिक्षणात भर होता, प्रदूषण व अतिउपभोग, अतिआहाराच्या परिणामावर; जन्मप्रमाणावर नव्हता. त्याचप्रमाणे लॅटिन अमेरिकेत तत्कालिक पारंपरिक कडक कौटुंबिक चालीरीती, बंधने हळूहळू शिथिल होऊ लागली, तेव्हा कुटुंब जीवन, लैंगिक शिक्षणाच्या विविध पैलूंतील आस्था व आग्रह वाढू लागला. तेव्हाही लोकसंख्येसंबंधी

अनास्था व नाराजी होती. भारतात लोकसंख्याशास्त्र-विकास हे नातेसंबंध वाढत्या लोकसंख्यावाढीमुळे सर्वात अधिक महत्त्वाचे ठरले आहे. अलीकडे गेली १०-१५ वर्षे पर्यावरण हा जागतिक चिंतेचा, चर्चेचा, चिंतनाचा विषय झाला आहे. पर्यावरण व लोकसंख्या यांचे नाते निकटचे आहे.

फॅमिली प्लॅनिंग असोसिएशन ऑफ इंडिया या संस्थेने १९६८ पासून ह्या विषयास चालना देण्यास आरंभ केला. संस्थेने मुंबईतील काही शाळांमधून प्रायोगिक तत्त्वावर लोकसंख्या शिक्षण इतर विषयांबरोबर शिकवता येईल, ह्यासंबंधी प्रयत्न सुरू केले. नंतर १०-१२ वर्षे ह्या विषयाचा सतत पाठपुरावा देशभर चर्चासत्रे, परिषदा आयोजित करून केला. ह्याचा सुपरिणाम असा झाला की, भारत सरकारने १९७८-७९साली लोकसंख्या शिक्षण शाळा, महाविद्यालयांमधून शिकविण्याचा महत्त्वाचा निर्णय घेतला. १९६८मध्ये असोसिएशनने महाराष्ट्र शासनाला हा विषय अभ्यासक्रमात कसा समाविष्ट करता येईल यासंबंधीचे एक विस्तृत निवेदन पाठविले होते. पण महाराष्ट्र शासनाने मात्र प्रतिसाद दिला नाही.

१९७५ ह्या वर्षात व नंतरच्या दशकात जगभर महिलांच्या समस्या, प्रश्न ऐरणीवर येण्यास प्रारंभ झाला. महाराष्ट्र व इतर राज्यांत महिलांच्या समस्या सोडविण्यासाठी मूलभूत हक्कांसंबंधी जाणीव जागृतीचे कार्य मोठ्या प्रमाणावर सुरू झाले. ह्या वर्षात व दशकात असोसिएशनने महिला विकासाचे, कुटुंबनियोजनातील पुरूष सहभागाचे अनेक उपक्रम हाती घेऊन पार पाडले.

कुटुंबनियोजन स्वीकार हा कामवासना, विवाह, पती-पत्नी संबंध आणि मुले ह्या चार घटकांशी निगडित आहे. कुटुंब ही एक आधारभूत सामाजिक संस्था आहे. विसाव्या शतकात ह्या संस्थेचे अस्तित्व, भवितव्य या संबंधी जगभर अनेक घटना-घडामोडी घडल्या आहेत. अमेरिकेत व इतर काही पाश्चिमात्य देशांत घटस्फोटांचे प्रमाण वाढत असल्यामुळे समाजशास्त्रज्ञांना, कुटुंबविषयक अभ्यास तज्ज्ञांना, सामाजिक कार्यकर्त्यांना ती चिंतेची बाब वाटत आहे. भारतातील अनेक महानगरांतही आता घटस्फोटांचे प्रमाण वाढत आहे. ह्या प्रश्नांची योग्य सोडवणूक व्हावी म्हणून देशातील कुटुंबन्यायालये कार्यरत आहेत. पती-पत्नी संबंध, आई-वडील-मुले संबंध, कुटुंब व इतर जवळचे नातेसंबंध ही एक गुंतागुंतीची, अवघड, कठीण समस्या आहे. कुटुंब जीवनमूल्ये, त्यांची योग्य वेळीच जाण, त्यासंबंधी प्रबोधन ह्या साऱ्या बाबी कौटुंबिक व समाजस्वास्थाच्या दृष्टीने महत्त्वाच्या, निकडीच्या आहेत. महाविद्यालयीन विद्यार्थी व शिक्षण पुरे केलेले युवक-युवती ह्यांच्यासाठी कुटुंब जीवन शिक्षण कार्यक्रम सातत्याने पद्धतशीरपणे योजून ते पार पाडायला हवेत. ११-१२ वयोगटातील कुमारवयीन मुला-मुलींसाठी आरोग्य संवर्धन कार्यक्रम नियमितपणे योजले जायला हवेत. फॅमिली प्लॅनिंग असोसिएशन ऑफ इंडिया, मुंबई या संस्थेने १९७५ पासून हा प्रकल्प राबविण्यास

सुरुवात केली. १९७० च्या दशकात अशा प्रकारची सल्ला मार्गदर्शन, समुपदेशन केंद्रे भारतात फारशी कोठे नव्हतीच. त्या काळात असे केंद्र सुरू करणे हे निश्चितच धाडसाचे पाऊल होते. पण असोसिएशनने ते उचलले. ह्या प्रकल्पाची म्हणून संस्थेने १९७४ मध्ये प्रथमच हैदराबाद येथे उद्याचे पालक आणि लैंगिक प्रश्नांसंबंधी चर्चा, विचारविनिमय करण्यासाठी एक कार्यशाळा आयोजिली. यामध्ये लैंगिक शिक्षणाची दहा उद्दिष्टे निश्चित करण्यात आली.

१. कुटुंबातील व्यक्तींची एकमेकांविषयीची कर्तव्ये समजावून देणे व कौटुंबिक जबाबदारी स्वीकारण्याची तयारी करणे.

२. ज्या आपलेपणामुळे सर्व घटक एकसंघ होतात त्याची जाणीव करून देणे.

३. कुटुंबातील व्यक्तींच्या भिन्न भिन्न स्वभावामुळे जे संघर्ष निर्माण होतात ते कसे टाळावे हे शिकविणे.

४. कुटुंबातील लहान–मोठ्या प्रत्येक घटकाच्या व्यक्तिमत्त्वाचा योग्य तो मान ठेवणे व त्या व्यक्तिमत्त्वाच्या विकासास कसा हातभार लावता येईल ते शिकविणे.

५. समाजातील इतर कुटुंबांशी सहकार्याने का व कसे वागावे ते शिकविणे.

६. निरनिराळ्या समाजातील निरनिराळी कुटुंबव्यवस्था, चालीरीती आणि मूल्ये समजावून देणे.

७. स्त्री–पुरुषांच्या जननेंद्रियांची रचना व त्याचे कार्य समजावून देणे.

८. तरुण– तरुणींच्या मनातील लैंगिक प्रश्नांबाबतची काळजी व गोंधळ दूर करून त्यांना योग्य ते मार्गदर्शन करणे.

९. जीवनातील निरनिराळ्या बाबींसंबंधी स्त्री आणि पुरुष यांच्या दृष्टिकोनातील वैशिष्ट्ये समजावून देणे व त्या नैसर्गिक भिन्नतेचा आदर ठेवण्यास शिकविणे.

१०. लग्नसंस्थेचे महत्त्व समजावून देणे. लग्न ही जीवनातील घटना यशस्वी, समाधानकारक व टिकाऊ होण्यास मार्गदर्शन करणे.

लैंगिकता शिक्षणासंबंधी समग्र मार्गदर्शन करताना

१. स्वास्थ्यपूर्ण जीवन व विकास.

२. प्राकृतिक व भावनात्मक बदल.

३. युवकांच्या समस्या.

४. बदल व प्रश्नांशी जमवून घेणे.

५. सकारात्मक कामासाठी ऊर्जेचा उपभोग.

६. पुरुष व स्त्री शरीरशास्त्र.

७. विवाह व जबाबदार पालकत्व.

८. मानवी प्रजोत्पादन.

९. तरुण वर्गातील लैंगिक भ्रामक समजुती आणि चुकीच्या कल्पना.

१०.आत्मगौरव व आत्मविश्वास.

११.युवक नेतृत्व व कौशल्ये यांना प्रोत्साहन.

१२. पोषण.

१३. वैयक्तिक आरोग्य.

१४. संपत्तीचा दुरुपयोग व त्याचे परिणाम.

१५. आई-वडिल,मित्रांशी नातेसंबंध, मुलाची प्रस्तुतता, मुलीशी नाते

१६. सुदृढ व स्वास्थ्य हितसंबंध.

१७. संवाद कौशल्ये.

१८. समवयीन गटाकडून समुपदेशन.

१९. लैंगिक गैरव्यवहार.

२०. लैंगिक मार्गाने रोग एच. आय. व्ही.-एड्स या विषयांवर भर देण्याबाबत त्यांनी चर्चा केली आणि नंतर आपल्या अध्यापकांशी व पालकांशी त्या संबंधी विचारांची देवघेव केली. ह्याचा परिणाम असा झाला की, चर्चासत्राच्या शेवटी सहभागी युवक-युवतींनी जवळजवळ एकमताने इच्छा व्यक्त केली की त्यांच्या अध्ययनात, अभ्यासक्रमात लैंगिक शिक्षणाचा अंतर्भाव करावा. अध्यापक, पालक व आरोग्य व्यावसायिकांनीही अनुकूलता दर्शविली, मान्यता दिली. पण त्याच वेळी त्यांनी आपली भीतीही व्यक्त केली. मानवी लैंगिकता कार्यक्रमातील कोणालाही स्थानिक चालीरीती, परंपरा, धार्मिक समजुती व धर्मभोळेपणा ह्यांचा विचार करावाच लागेल. ग्रामीण भागापेक्षा शहरी भागात जुन्या समजुती, चालीरीती ह्यांचा पगडा, प्रभाव खूप कमी असेल हे लक्षात घेऊनच कार्यक्रमाची उद्दिष्टे, आखणी, नियोजन, अंमलबजावणी करावी लागेल. हा विषय अतिशय नाजूक, वैयक्तिक, खासगी असल्यामुळे सावधपणे हे काम करणे अगत्याचे आहे. भारतात व दक्षिण आशियात लोकसंख्याशास्त्रीय दृष्टीने प्राथमिक, प्राधान्य गट असे. १५-२५ वयोगटातील; कारण ह्या गटातील युवक-युवतींचा वर्तनक्रम प्रजोत्पादन व लैंगिक स्वास्थ्यावर परिणाम करणारा आहे. ह्या गटासाठी सर्वसाधारणपणे पुढीलप्रमाणे कार्यक्रम आखता येईल.

१. लोकसंख्या शिक्षण-माहिती व चर्चा मुला-मुलींसाठी.

२. कुमारवयीन, तारुण्याच्या उंबरठ्यावरील युवक-युवतींसाठी चर्चा-जीवनसाथीची निवड, जबाबदार लैंगिक वर्तन, जबाबदार पालकत्व, अपत्यजन्म, पुरुष/स्त्री जीवशास्त्र.

वैयक्तिक आरोग्य, पुरुष/स्त्री व लैंगिकतेसंबंधित विषय, समुपदेशनाचे काम करणाऱ्यास ज्याला समुपदेशनाची गरज आहे त्याच्याबद्दल किमान सहानुभूती, त्याच्या व्यथा, वेदनेविषयी आवश्यक ती जाण, संवाद कौशल्य आणि त्याला स्वतःचे प्रश्न नीट समजावून ते सोडविण्याची इच्छा, मानसिक तयारीसाठी समुपदेशक संवादाद्वारे त्याला/तिला समजावून देतात. सर्वसाधारणपणे समुपदेशन सेवा पुढील बाबतीत दिल्या जातात–

कुमारवयीन प्रश्न, विवाहाची समस्या, वैवाहिक व्यथा/वेदना, लैंगिक प्रश्न, कुटुंबनियोजन, वंध्यत्व, मानसिक, प्रसूतीपूर्व/प्रसूतीनंतर, लैंगिकमार्गाचे/एच. आय. व्ही./एड्स मार्गदर्शन हे सारे तज्ज्ञ, अनुभवी समुपदेशक करतात.

(SECRTT - Sex Education Counsellings Research Training and Therapy) सारखी केंद्रे असोसिएशनच्या बहुतेक सर्व शाखांमधून काम करत आहेत. ह्या शाखा लोकसंख्या शिक्षण, कुमारवयीन आरोग्यसंवर्धन आणि कुटुंबजीवन शिक्षण कार्यक्रम पार पाडत आहेत. कार्यक्रमाचा मुख्य गाभा आहे. कुटुंबाचा आकार छोटा ठेवणे, पाळणा लांबविणे, वा थांबविणे हे नवदांपत्यांना पटवून देणे अग्रक्रमाचे काम आहे. योग्य वेळी विवाह, योग्य वेळी पहिले मूल, नंतरचे मूल/मुलांचा जन्म अंतरांतराने व मर्यादा ह्या सर्व बाबी विश्वासपूर्वक समजावून सांगणे अगत्याचे आहे.

'फॅमिली प्लॅनिंग असोसिएशन ऑफ इंडिया' या संस्थेने नियोजन मंडळाने काम सुरू करण्यापूर्वी १९४९मध्ये काम सुरू केले. १९६८–६९ मध्ये लोकसंख्याशिक्षण कार्यक्रम मुंबईत व इतर शाखांमध्ये सुरू केला व १९७८–७९ मध्ये भारत सरकारने तो स्वीकारला.

आज एकविसाव्या शतकात महाराष्ट्रात व इतर राज्यांत त्याची चर्चा सुरू झाली आहे. कुटुंब कल्याणासाठी कुटुंबनियोजन, समाजकल्याणासाठी लोकसंख्या शिक्षण, लैंगिकता शिक्षण आणि कुटुंब जीवन शिक्षण आवश्यक, अगत्याचे आहे. भारतातील बहुसंख्य जनसामान्यांच्या जीवनाचा दर्जा उंचावण्यासाठी ह्या सर्व बाबी नितांत गरजेच्या आहेत. एकविसाव्या शतकाची ही आव्हाने आहेत. ह्या आव्हानांना धैर्याने तोंड देता यावे म्हणून कुटुंबनियोजन, लोकसंख्याशिक्षण व लैंगिक शिक्षण हे तिन्ही शिक्षण कार्यक्रम जोमाने, जिद्दीने अमलात आणावयास हवेत.

बालमृत्यु प्रमाण

दर हजार जन्मामागे ५७ मृत्यू पहिल्या पाहणीत प्रमाण होते ७७व दुसऱ्या पाहणीत होते ७२ दोन्ही पाहण्यातील प्रमाणापेक्षा प्रमाण खूप कमी झाले आहे ही चांगली बाब आहे. मध्य प्रदेश, छतीसगड आणि उत्तर प्रदेश ह्या राज्यांमध्ये राष्ट्रीय सरासरी प्रमाणहून खूप अधिक ७० आहे. केरळ व गोवा राज्यांत ११५ प्रमाण आहे.

सहा ते ५९ महिन्यांच्या वयातील ७० टक्के स्त्रिया व मुलांमधील वयातील ७० दुसऱ्या पाहणीनंतर ५ टक्के आकड्यांनी वाढले आहे.

१२-२३ महिने वयातील अवघ्या ४४ टक्के मुलांना संपूर्ण लसीकरण मिळाले आहे. २५ टक्क्यांहून अधिक बालकांना अतिसार उपचार मुळीच मिळाले नाहीत दुसऱ्या व तिसऱ्या पाहणी काळामधील वर्षात संपूर्ण लसीकरण प्रमाणात अगदी कमी सुधारणा झाली आहे.

माता मृत्यु प्रमाण

४० टक्के जन्म होतात आरोग्य केंद्र/दवाखाना मध्ये उरलेले ६० टक्के प्रसूती होतात घरामध्ये. केरळ व गोवा राज्यांत बहुतेक सर्व प्रसूती होतात काणत्या ना कोणत्या वैद्यकीय संस्थेत/केंद्रामध्ये.

३७ टक्के प्रसूतीनंतर तपासणी सेवा मिळते (अपत्य जन्मानंतर लगेच दोन दिवसात ही सेवा मिळते) बहुसंख्य स्त्रियांना ही सेवा मुळीच उपलब्ध नसते. ५०टक्क्याहून कमी गरोदर स्त्रियांना ही सेवा पहिल्या तीन महिन्याच्या गरोदरपण काळात मिळते.

स्त्री पुरुष प्रश्न

सध्या विवाहित असलेल्या स्त्रियांपैकी अवघ्या ३७ टक्के स्त्रियांचा स्वत:ची आरोग्य काळजी, घरगुती खरेदी, कुटुंबातील वा इतर नातेवाईंकाना भेटण्यासंबंधीचा निर्णयात सहभाग होता.

कोणता धर्म कसा वागतो?

गर्भलिंग निदानासंबंधी धार्मिक गोष्टींचा किती प्रभाव पडतो या विषयी डॉ.सतीश अग्निहोत्री यांनी दिलेली माहिती विचार करायला लावणारी आहे. जीवशास्त्रीयदृष्ट्या मुले आणि मुली यांचे जन्माचे वेळेचे प्रमाण १०५ ला १०० असे असते. म्हणजे १०५ मुलांमागे १०० मुली. खिश्चन आणि मस्लिम धर्मीय हे या प्रमाणाच्या जवळ जाणारे आहेत. हिंदू आणि शीख यांच्यात मात्र मुलींपेक्षा मुलांचे प्रमाण जास्त दिसते. दर मुलींमागे खिश्चन समाजात १०३ मुले, मुस्लिमध्ये १०५ मुले, हिंदूमध्ये १०७ मुले आणि शिखांमध्ये ११० मुलं असे हे प्रमाण वाढत गेले आहे. खिश्चन आणि मुस्लिम धर्मीयांचा गर्भपातालाच विरोध असल्याने हे प्रमाण असावे. धर्म आणि मुलामुलींचे प्रमाण यावर अधिक संशोधन होणे आवश्यक आहे.

– साप्ताहिक सकाळ १ मार्च२००३

१०. मध्यमवर्गीय मानसिकतेमधील बदल

विसावे शतक जगाच्या इतिहासात क्रांतिकारक शतक म्हणून गणले जाईल. शतकाच्या पहिल्या दशकात ८ मार्च १९०८ मध्ये न्यूयॉर्कमधील स्त्री कामगारांनी आपल्या मागण्यांसाठी मोठी निदर्शने केली. त्यानंतरच्या ९२ वर्षात दोन जागतिक महायुद्धे, अणुस्फोट, लोकसंख्या वाढीचा स्फोट,परतंत्र राष्ट्रांची दास्यातून मुक्तता, चीनची स्थापना, भारत -पाकिस्तानची निर्मिती, वैद्यकीय, अभियांत्रिकी, अन्य शास्त्रांमधील शोध, व्हिएतनाममधून अमेरिकेची माघार,रशियनसत्तेचा उदयास्त, अमेरिकेत, पाश्चिमात्य देशांत, आशियात महिला जागृतीसाठी उठाव,आंदोलने या काही महत्त्वाच्या प्रातिनिधिक घटना- घडामोडी होत. ही यादी संपूर्ण नाही,पण प्रातिनिधिक आहे.

नोव्हेंबर १८१८ मध्ये मराठेशाहीचा अस्त झाला आणि आपल्या देशात ब्रिटिश राजवटीचा आरंभ झाला. पारतंत्र्याची सुरुवात झाली. 'महाराष्ट्र थंड गोळ्याप्रमाणे व्हावयास'प्रारंभ झाला. या समाजात ऊब, उत्साह,चैतन्य आणण्यासाठी स्वराज्यप्रेम, स्वातंत्र्य निष्ठा निर्माण करण्यासाठी अनेक समाजसुधारकांचे, पत्रकारांचे, समाजहितैषी विचारवंतांचे मोलाचे मार्गदर्शन, साहाय्य, योगदान होते. त्यामध्ये महात्मा जोतीराव फुले, न्या.रानडे, हितवादी देशमुख, सुधारकाग्रणी आगरकर, महर्षी कर्वे, 'समाजस्वास्थ्य'कार र. धों. कर्वे, राजर्षी शाहूमहाराज, महर्षी वि. रा. शिंदे या सर्व स्त्रीवादी पुरुषांचे निर्धारपूर्वक प्रबोधन असाधारण महत्त्वाचे आहे. म.फुले यांच्याबरोबर सावित्रीबाई फुले यांचे स्त्रीजागृती, स्त्रीशिक्षण, स्त्रीविकास कार्य होते म्हणूनच म. फुले यांच्या क्रांतिकारक उपक्रमांचे वेगळेपण उठून दिसते. चूल आणि मूल हे ठरावीक कार्यक्षेत्र ओलांडून सामाजिक कार्यासाठी घराबाहेर पडणारी सावित्रीबाई ही महाराष्ट्रातील पहिलीच स्त्री होय. विधवा ब्राह्मण स्त्रियांचा प्रतिपाळ, त्यांच्यातल्या ज्या दुर्दैवी स्त्रिया गर्भवती असतील त्यांच्या बाळंतपणाची सोय, केशवपन करणाऱ्या न्हाव्यांचा संप अशा अनेक क्रांतिकारक उपक्रमांमध्ये जोतिबा व सावित्रीबाई फुले यांचे वेगळेपण सामावलेले आहे, असे प्रा. गं. बा. सरदार यांनी म्हटले आहे ते सार्थ, वाजवी आहे. सावित्रीबाई फुले या त्या काळातील पहिली सबल, सक्षम कार्यकर्ती, नेता होय. न्या.

रानडे यांनी या थंड पडलेल्या महाराष्ट्राला ऊब आणण्यासाठी सामाजिक, सांस्कृतिक, शैक्षणिक क्षेत्रात अनेक प्रकारचे उपक्रम यशस्वीरीत्या राबविले.वयाच्या १९-२० व्या वर्षी त्यांनी भारतातील अन्नधान्य उत्पादन व प्रजोत्पादन याविषयी १८६२ साली 'ज्ञान प्रसारक सभेत'एक महत्त्वाचा, वैचारिक निबंध लिहिला, वाचला. त्यात ते म्हणतात, 'मनुष्यास सर्वांत बलवत्तर व्यथा म्हणजे भुकेची. ही जोपर्यंत नीट व्यवस्थेने तृप्त होत नाही, तोपर्यंत देश कदापि सुखी होणार नाही व जोपर्यंत प्रजावृद्धीची वांछा व क्रम बेतावर ठेवला तोपर्यंत जी वृद्धी होते यास अन्न अन्न करीत भीक मागणे हे दिलेले आहे. या दोन्ही गोष्टी एकदम होऊ शकत नाहीत... यास्तव थोर जाहल्याविना लग्न न करण्याचा व जवळ बायकामुले पोसण्याचे सामर्थ्य असल्याशिवाय कुटुंबवत्सल न होण्याचा असे दोन निर्बंध अवश्य ठेवले पाहिजेत. वयाच्या १९-२० व्या वर्षी न्या.रानडे यांनी कुटुंब नियोजनाची गरज,महत्त्व नेमकेपणे मांडले आहे. न्या.रानडे यांची दुसरी महत्त्वाची कामगिरी म्हणजे आपल्या तीर्थरूपांच्या इच्छेस मान देऊन जननिंदेस, तत्कालीन टिंगलटवाळीस शांतपणे,धैर्याने तोंड देऊन १२-१३ वयीन मुलीशी केलेला विवाह. विचार व आचार यामध्ये त्यांनी तोल ठेवला नाही हे निश्चित पण विवाहबद्ध झालेल्या मुलीला पहिल्या दिवसापासून त्यांनी समर्थपणे, निष्ठेने, निश्चयाने,निर्धाराने शिकविले व महाराष्ट्राला, देशाला एक सबल, सक्षम सशक्त कार्यकर्ती दिली. श्रीमती रमाबाई रानडे यांनी पती निधनानंतर २३ वर्षे सातत्याने स्त्री-शिक्षण, स्त्री-प्रबोधन, राजकीय हक्कासाठी आंदोलन केले.जणू काही आपल्या कामगिरीने सडेतोड उत्तर दिले. म्हणूनच गांधीजी म्हणाले की, 'न्या.रानडे यांनी देशाला दोन महान व्यक्ती दिल्या -न्या.गोपाळ कृष्ण गोखले व रमाबाई रानडे. न्या.रानडे' यांनी सक्षम, सबल, सजग स्त्री घडविण्यावर भर दिला. लोकसंख्या नियंत्रण व स्त्री शिक्षण,स्त्रीप्रबोधन,स्त्री जागृती यावर भर दिलेला भर हे त्यांच्या पुरोगामी मानसिकतेचे द्योतक आहे असे म्हटले पाहिजे. १९ व्या शतकाच्या उत्तरार्धात 'शतपत्रा'मधून गोपाळ हरी देशमुख ऊर्फ 'लोकहितवादी' यांनी आपल्या राजकीय, सामाजिक, धार्मिक, आर्थिक प्रश्नांसंबंधी विचार मांडले, उपयुक्तता आणि अंत:प्रामाण्य या दोन्ही कसोट्यांवर यांनी आपले विचार मांडले. स्त्रियांच्या संबंधी परिस्थिती, पुनर्विवाह, बालविवाह, लग्ने, कन्याहत्या याबाबत पुरोगामी, बुद्धिनिष्ठ इहवादी विचार मांडले. स्त्रियांच्या व्यथा, वेदना, हालअपेष्टा यासंबंधी लोकहितवादी अत्यंत संवेदनशील होते. त्यांच्या बुद्धिवादी विचारांना संवेदनशीलतेमुळे वेगळी धार चढली. 'जहाल उदारमतवादी' सामाजिक सुधारणेस अग्रक्रम देणारे म्हणून 'सुधारककर्ते' आगरकर यांनी स्त्रियांचा पेहराव, शिक्षण, विवाह, वय, अपत्यसंख्या आदी संबंधी दूरवरचा विचार करून स्वतंत्र विचारशक्ती, रोखठोक विवेचन मांडणी

करून आपली प्रगतिशील मानसिकता स्पष्ट केली. पाश्चिमात्य विचारप्रवाहाचा प्रभाव त्यांच्या पुरोगामी दृष्टिकोनावर होता हे स्वाभाविक आहे.

महर्षी कर्वे यांनी उभे आयुष्य स्त्री-शिक्षण प्रसारासाठी वाहिले. दीन, दु:खी,अनाथ स्त्रियांना आसरा, उद्योग, शिक्षण यासाठी त्यांनी श्रीमती नाथीबाई दामोदर ठाकरसी विद्यापीठ, अन्य शैक्षणिक संस्थांमार्फत महाराष्ट्रातील लक्षावधी मध्यमवर्गीय, कनिष्ठ मध्यमवर्गीय स्त्रियांना शिक्षणाद्वारे सक्षम, सबल, सजग केले. स्वत: विधवेशी विवाह केला आणि कृतिशील सुधारक म्हणून सारे जीवन जगले. प्रा. र .धों. कर्वे यांनी संततिनियमनाच्या प्रसारासाठी आपल्या आयुष्याची ३२-३३ वर्षे निष्ठेने, निर्धाराने काम केले. आपल्या आयुष्याच्या शेवटच्या ८-१० वर्षात कुटुंबनियोजनाचा धोरण म्हणून स्वीकार भारत सरकारने केल्याचे त्यांना पाहावयास मिळाले. 'समाजस्वास्थ्य' हे मासिक त्यांनी २७ वर्षे एकहाती एकट्याने संपादित, प्रकाशित केले. समाजस्वास्थ्यकर्ते र.धों.कर्वे यांनी महाराष्ट्राच्या मध्यम व कनिष्ठ मध्यम वर्गात संततिनियमन प्रश्नासंबंधी मानसिक, वैचारिक मनोभूमिका तयार केली. त्याचे फलित म्हणजे महाराष्ट्राच्या ग्रामीण, शहरी भागातील दांपत्यांकडून मोठ्या प्रमाणावर झालेला कुटुंबनियोजन साधन व शस्त्रक्रियांचा स्वीकार. स्वातंत्र्यपूर्व काळात १९ व्या व २० व्या शतकात पंडिता रमाबाई, रमाबाई रानडे, ताराबाई शिंदे यांनी लक्षणीय प्रमाणात स्त्रीजागृतीचे, प्रबोधनाचे, शिक्षणाचे अथक प्रयत्न केले. म.गांधीनी आपल्या राजकीय आंदोलनात स्त्री-सहभागास विशेष महत्त्व दिले. त्यामुळे महाराष्ट्राच्या व देशाच्या इतर राज्यांत आंदोलनात स्त्री सहभाग चांगल्या प्रकारचा होता, केवळ प्रतीकात्मक नव्हे. स्त्रीवादी पुरुषांनी स्त्रियांसाठी आवर्जून, जाणीवपूर्वक प्रयत्न केले, संस्था उभारल्या. हे उदाहरण स्वातंत्र्योत्तर काळात प्रेरक, स्फूर्तिदायक ठरले.

देशाचे विभाजन होऊन भारत १५ ऑगस्ट १९४७ रोजी स्वतंत्र झाला. या साठ वर्षांत महाराष्ट्रात,भारतात पुरुष मानसिकतेचे स्पष्ट, ठसठशीत प्रत्यंतर आले. २६जानेवारी १९५० रोजी भारत प्रजासत्ताक देश बनला. डॉ.बाबासाहेब आंबेडकर यांच्या कुशल नेतृत्वामुळे भारताची राज्यघटना तयार झाली. चार भागात हिंदू कोड बिल पास झाले व भारतातील महिलांना वारसा, विवाह, दत्तक विधान आणि पालकत्वासंबंधी मौलिक हक्क, अधिकार प्राप्त झाले. यामुळे हिंदू, बौद्ध, जैन,शीख महिलांना पुरुषांच्या उदारमतवादी, पुरोगामी, प्रागतिक मानसिकतेचे दर्शन घडले. स्त्री सबलीकरणाच्या, सक्षमतेच्या दृष्टीने ते विशेष महत्त्वाचे पाऊल होते, प्रारंभ होता असे म्हटले पाहिजे. डॉ.आंबेडकर यांनी १९२० च्या दशकापासून सतत ३०-३५ वर्षे दलित महिलांमध्ये शिक्षण,कुटुंबनियोजन यासंबंधी वृत्तपत्रे, व्याख्याने, शैक्षणिक संस्थांद्वारा अविरत प्रबोधन, प्रशिक्षण जागृतीचे प्रयत्न केले.

१ मे १९६० रोजी महाराष्ट्र राज्य अस्तित्वात आले. यापूर्वी मुंबई राज्यात शासकीय पातळीवर कुटुंबनियोजन कार्यक्रम राबविला जात नव्हता. तत्कालीन सत्ताधाऱ्यांचा कुटुंब नियोजनास विरोध होता.१ नोव्हेंबर १९५६ रोजी महाद्वैभाषिक राज्यनिर्मितीनंतर राज्याचे मुख्यमंत्री यशवंतराव चव्हाण यांची अधिकृतपणे शासकीय पातळीवर या कार्यक्रमाची अंमलबजावणी सुरू केली. नोव्हेंबर १९५६ मध्ये सातारा जिल्ह्यात पहिले पुरुष शस्त्रक्रिया शिबिर मोठ्या उत्साहात पार पडले. मुख्यमंत्री चव्हाण यांनी राजकीय –सामाजिक विचारसरणी पुरोगामी, विधायक, प्रागतिक होती. त्यामुळे १९६० नंतर या कार्यक्रमाचा प्रसार, स्वीकार लक्षणीय प्रमाणात, विशेषत: ग्रामीण भागात झाला.१९६० ते १९७७ या काळात महाराष्ट्रातील पुरुष शस्त्रक्रियांचे प्रमाण ८०% हून अधिक होते. प्रा.र. धों. कर्वे यांनी २०–२५ वर्षे केलेल्या प्रभावी जागृतीचा,शासनाने घेतलेल्या कृतिशील सातत्यपूर्ण पुढाकाराचा हा परिणाम होता. कुटुंबनियोजन कार्यक्रमातील पुरुषांचा हा मोठा सहभाग त्यांच्या जबाबदारीच्या जाणिवेचा, कौटुंबिक कर्तव्याचा निदर्शक होता. याच काळात स्त्रियांसाठी गर्भाशय वलय-तांबीचा कार्यक्रम सुरू झाला. हा कार्यक्रम विशेषत: शहरी भागात चांगला स्वीकारला गेला. १९६० ते १९७७ या काळात हा कार्यक्रम पुरुषांचा, पुरुषांसाठीचा वाटावा इतका त्याला पुरुषवर्गाकडून प्रतिसाद मिळाला. मध्यमवर्गीय, कनिष्ठ मध्यमवर्गीय मानसिकता ही जाणिवेची, जबाबदारीची होती. सर्व राजकीय पक्षांचा या कार्यक्रमास प्रत्यक्ष, अप्रत्यक्ष पाठिंबा होता, सहकार्य होते.

१९६२ मध्ये महाराष्ट्राने लोकशाही विकेंद्रीकरण विधेयक पास केले. त्यानुसार ग्रामीण भागात जिल्हा परिषद, पंचायत समिती, पंचायत व्यवस्था अस्तित्वात आली. या विधेयकानुसार ग्राम,तालुका, जिल्हा पातळीवर विकास कार्यक्रमात पुढाकार घेऊन काम करण्यासाठी नवे, तरुण नेतृत्व उदयास आले. राजकीय पक्षांनी आपापल्या पक्षातील उमद्या, कामसू तरुणांना नेतृत्वाची जबाबदारी स्वीकारण्यासाठी प्रोत्साहन, उत्तेजन दिले. महाराष्ट्रात शहरी भागात मध्यमवर्गीयांमध्ये पंचायत पातळीवरील नेत्यांबद्दल फारसे आदराने बोलले जात नाही. हा एक प्रकारचा अविश्वास, अज्ञान, माहितीचा अभाव व्यक्त करण्याचा प्रकार आहे. खेड्यातील नेतृत्वाबद्दल सूक्ष्म तुच्छ भावनाही शहरी मध्यमवर्गीयांत आहे. ही एक प्रकारची प्रौढी मिरवणारी मानसिकता आहे. आम्हांलाच शासन, कारभार चालविता येतो. ते इतरांचे काम नव्हे. स्वातंत्र्यानंतर ग्रामीण भागात काही चांगले बदल होत होते याचे फारसे भानही या मानसिकतेत नव्हते.

जुलै १९६९ मध्ये काही बँकांचे राष्ट्रीयीकरण झाले. यामुळे छोट्या उद्योगांना चालना मिळाली. त्यामुळे तरुणांनी छोटे उद्योग सुरू केले. कारण राष्ट्रीयीकृत बँकांकडून कर्ज मिळणे सुलभ झाले. अनेक मध्यमवर्गीय पुरुषांनी हळूहळू आपले उद्योग सुरू

करून लहान प्रमाणात आर्थिक सत्ता मिळविली. या छोट्या सत्तेमुळे पुरुषी अहंकारात भर पडली आणि या अहंकाराचे दर्शन पुढे साध्या व्यवहारातही दिसले. १९७० च्या दशकात १९७५ आंतरराष्ट्रीय महिला वर्ष,१९७६ मध्ये महिला दशकाचा प्रारंभ,भारतातील महाराष्ट्रासह अनेक राज्यांत आंदोलने, मोर्चे, धरणे यांना उधाण आले. 'समता, विकास, शांतता'ही आंतरराष्ट्रीय महिला वर्षाची ध्येय घोषणा होती. या वर्षात व दशकात स्त्रीवर्गात उत्साह, चैतन्य दिसून आले. पण मध्यमवर्गीय पुरुषवर्गाने मात्र फारशा आस्थेने या प्रयत्नांकडे, आंदोलनाकडे पाहिले नाही. महाराष्ट्रात या दशकात स्त्रीमुक्ती यात्रा निघाली. त्याला उत्तम प्रतिसाद लाभला. मथुरा केसमुळे देशभर मोठ्या प्रमाणावर चीड, राग, असंतोष निर्माण झाला.

१९७५ते२००७ हा ३२ वर्षांचा काळ सर्वसाधारणपणे स्त्रियांचा पुढाकार, नेतृत्व, उपक्रमशीलता, अभिनव कार्यक्रमांचा प्रारंभ, प्रसार मानला जाईल. १९७७ पूर्वी आणीबाणीतील सक्ती, जबरदस्तीमुळे कुटुंबनियोजन कार्यक्रम बदनाम झाला, पण १९७७ –२००७ या ३० वर्षांत कुटुंबनियोजन शस्त्रक्रिया कार्यक्रमात स्त्रियांचा सहभाग ९५–९८% आहे. भारतातील स्त्रियांनीच हा कार्यक्रम तारला हे निश्चित. प्रसूतिपूर्व लिंगचिकित्सा प्रतिबंध कायदा असूनही पंजाब, हरयाणा, दिल्ली, महाराष्ट्र आदी राज्यांत स्त्रीगर्भ हत्यांमुळे बालक-बालिका प्रमाण लक्षणीय प्रमाणात घसरले.

महाराष्ट्रातील १९ जिल्ह्यांतील ८८ तालुक्यांत हे प्रमाण ९०० हून कमी आहे. सोलापूर, सांगली, सातारा, कोल्हापूर या पुढारलेल्या शिक्षित जिल्ह्यांत तर खूपच कमी आहे. ८८ तालुक्यांतील स्त्री-पुरुषांची मानसिकता, विशेषत: पुरुषांची अद्यापही बदलली नाही. पुण्या-मुंबईत आजही मुलीच्या बारशाला बर्फी (पेढा नव्हे) वाटली जाते. जणू काही कन्याजन्म ही पेढे देण्यासारखी घटना नाही.

१९९० हे वर्ष 'आंतरराष्ट्रीय बालिका वर्ष' म्हणून जगभर झाले. बालिकेच्या जन्मापासून तिचे रक्षण, संगोपन, संवर्धन, विकास होणे अगत्याचे आहे हे जनमानसात ठसविण्याचे उद्दिष्ट होते.१९९२साली भारतीय संविधानात ७३वी घटनादुरुस्ती केली आणि त्यामध्ये पंचायत राज्य व्यवस्थेला घटनात्मक दर्जा बहाल केला. या घटनादुरुस्तीमुळे स्थानिक स्वराज्य संस्थांत महिलांसाठी ३३ टक्के जागा राखीव ठेवण्यात आलेल्या आहेत. अर्थात पुरुषप्रधान समाजव्यवस्थेला व पितृसत्ताक कुटुंब संस्थेला ही दुरुस्ती फारशी मान्य झाली नाही. त्यामुळे अनेक स्थानिक स्वराज्य संस्थांमध्ये पुरुषच पत्नीच्या नावे निर्णय घेतात. सत्ता, अधिकार चालवितात हे पाहावयास मिळते.आपली सत्ता कमी झाली, आपले अधिकार घटले हे पुरुषांना क्लेशदायक वाटते.लिंगभाव (जेंडरबायस),कळत-नकळत शैक्षणिक, सांस्कृतिक, प्रशासनिक,

व्यवस्थापकीय, वैज्ञानिक क्षेत्रात, कधी उघडपणे , कधी अप्रत्यक्ष, छुपेपणे पाळला जातो हे निश्चित.स्त्री-पुरुष समता अंगवळणी पडली नाही.

१९९० च्या दशकात जागतिकीकरण, खासगीकरण, उदारीकरणाचे वारे आपल्या देशात जोरात वाहू लागले.संगणक, माहिती-तंत्रज्ञान, अन्य औद्योगिक क्षेत्रात फार मोठे बदल घडून येण्यास प्रारंभ झाला. मोबाईल फोनमुळे परस्पर संवाद, सुलभ, जलद अधिक होऊ लागले. माहिती तंत्रज्ञान, कॉल सेंटर्स यामधील भरमसाट पगार यामुळे त्यास साजेशी जीवनशैली, मध्यमवर्गीय तरुण वर्ग मुख्यत: पुरुष स्वीकारू लागला. चंगळवाद,अनावश्यक चैन,तथाकथित उच्च राहणीमान यामुळे पुरुषवर्ग आत्ममग्न, आत्मनिष्ठ, कमालीचा मतलबी, हिशेबी,स्वार्थी वृत्तीचा होत चालला आहे. महाराष्ट्रात साधारणत: २५-३० टक्के मध्यमवर्गीय लोकसंख्या आहे. मुळातच असलेली अधिकार, हुकमी वृत्ती अधिक तीव्र होत आहे. संगणक,माहिती तंत्रज्ञान यांना विरोध असायचे कारण नाही.त्यांचे स्वागतच आहे पण त्याचबरोबर भांडवलवादी, समाजवादी, साम्यवादी, हिंदुत्ववादी कोणीही असो, त्यांनी उदारमतवादी, नेमस्त, समंजस, सहयोगी, प्रगल्भ असावे, समाजोपयोगी सहजीवनाची कास धरावयास हवी. यासाठी कुमारवयात, तरुणवयात स्त्री-पुरुष सहकार्य, सामंजस्य, समता यांचे महत्त्व,प्रस्तुतता पटवणारी मानसिकता विशेषत: पुरुषवर्गात निर्माण करायला हवी.

★ ★ ★

११. स्त्री-पुरुष समतेचा दुहेरी फायदा

जगभर गेली अनेक वर्षे ८ मार्च हा दिवस आंतरराष्ट्रीय महिला दिन म्हणून पाळला जातो.१९७५ हे वर्ष आंतरराष्ट्रीय महिला संवत्सर म्हणून जगभर साजरे झाले. १९७६ ते १९८५ हे दशक आंतरराष्ट्रीय महिला दशक म्हणून जगभरच्या अनेक देशांत महिलासंबंधी विविध कार्यक्रम, प्रकल्प, उपक्रमांनी गजबजले होते.'युनिसेफ' ह्या बालकल्याणासाठी झटणाऱ्या आंतरराष्ट्रीय संस्थेने 'जगातील बालक परिस्थिती २००७' हा अहवाल प्रकाशित केला.

स्त्री-पुरुष समता प्रस्थापित करणे हे संयुक्त राष्ट्र संघाचे प्रारंभापासूनचे उद्दिष्ट आहे.१९४५ मध्ये संयुक्त राष्ट्र संघाच्या सनदेत स्पष्टपणे म्हटले आहे की, मूलभूत मानवी हक्क, व्यक्तीची प्रतिष्ठा व योग्यता,स्त्री-पुरुषांचे समान हक्क आणि मोठी व लहान राष्ट्रे यांमधील समानता ही उद्दिष्टे मानून त्यासंबंधी आपली श्रद्धा व्यक्त करते. ह्या शब्दांचा, वाक्यांचा उल्लेख झाल्यामुळे समानतेची सांगड मानवी विकासाशी जोडली गेली. काम ही जीवशास्त्रीय संज्ञा आहे पण लिंग (जेंडर) ही सामाजिक रचना (कन्स्ट्रक्ट) आहे .त्यामुळे स्त्री व पुरूषांच्या भूमिका जन्मजात नसतात तर बाणविल्या जातात, शिकाव्या लागतात.ह्यामुळेच स्त्री-पुरुष भेदभाव,पक्षपात,असमानता निर्माण होते.ह्याचा परिणाम जगभरातील महिलांच्या शैक्षणिक, राजकीय, अर्थार्जन आदी क्षेत्रात ठळकपणे दिसून आला आहे. १९७९ मध्ये संयुक्त राष्ट्रसंघाच्या सर्वसाधारण सभेत (जनरल असेंब्ली) स्त्रियांच्या विरोधातील सर्व प्रकारच्या भेदभावांच्या निर्मूलनासंबंधी ठराव पास झाला. २७ वर्षानंतरही आज साऱ्या समाजात स्त्री-पुरुष विषमतेचे भयानक परिणाम दिसून येतात.'युनिसेफ'ने बालकांच्या हक्कांसाठी आग्रह धरला, प्रसारासाठी प्रयत्न केले तर स्त्रियांच्या हक्कासाठी प्रयत्नशील का आहे, असा प्रश्न विचारला जातो. त्याचे उत्तर आहे स्त्रियांच्या हक्कांचा आग्रह मानला तर आपोआपच लहान मुली व कुमारवयीन मुली ह्यांच्या हक्कांसाठी रक्षण करण्याचा प्रयत्न होतो. म्हणून स्त्रिया व मुलींचे हित साधले जाऊन दुहेरी फायदा स्त्री-पुरुष समानतेमुळे होतो.

विकसनशील देशात ५ मुलींपैकी १ मुलगी आपले शिक्षण पूर्ण करू शकत नाही.त्यामुळे २० टक्के मुलींचा शैक्षणिक विकास जवळजवळ खुंटल्यासारखा होतो

आणि ह्या अवस्थेचा साऱ्या आयुष्यावर परिणाम होतो. विकसनशील देशांमधील अवघ्या ४३ टक्के मुली माध्यमिक शाळांमध्ये जातात. दक्षिण आशियात शैक्षणिक तफावत सर्वात अधिक आहे. मुलगे शाळांमध्ये २.५ वर्षे अधिक शिकतात, तर मुली कमी काळ शिकतात. उपसहारा आफ्रिकेत तर मुली १.३ पेक्षा कमी वर्षे शिकतात. लॅटिन अमेरिका व कॅरेबियनमध्ये एक वर्ष कमी शिकतात. त्यामुळे स्त्री-पुरुष विषमतेत वाढ होते आणि स्त्रियांचे खूप नुकसान होते. जगभर बालविवाहाचे प्रमाण ३६ टक्के आहे. म्हणजे २०-२४ वयोगटातील विवाहित स्त्रिया १८ वयाच्या आधीच विवाहबद्ध होतात. दक्षिण आशिया व उपसहारा आफ्रिकेमध्ये प्रामुख्याने हे बालविवाह होतात. आर्थिक गरजेमुळे वा विवाहामुळे मुली सुरक्षित होतात, ह्या भावनेमुळे पालक मुलींच्या बालविवाहांना संमती देतात. त्यामुळे लवकरचे गरोदरपण व मातृत्व मुलींना भोगावे लागते.१५-१९ वयोगटात अंदाजे १.४ कोटी मुली दरवर्षी प्रसूत होतात.१५ वर्षांखालील गर्भवती मुलींचे मृत्यूप्रमाण विशीतील मुलींच्या प्रमाणापेक्षा पाच पट अधिक आहे. मुले जगली तरी ती कमी वजनाची, अगदी अल्प पोषणाची व उशिरा होत असलेल्या शारीरिक वाढीची असतात. विश्व आरोग्य संघटनेच्या अभ्यासानुसार १५ कोटी मुली व ७.३ कोटी मुले (१८वर्षे वयाखालील) ह्यांना २००२ मध्ये सक्तीचा शरीरसंबंध वा शारीरिक, मानसिक अत्याचार भोगावे लागले. दारिद्र्य व विषमता ह्यामुळे स्त्रियांना मातृत्व व वृद्धापकाळचे जीवन यातनामय, अवघड होते. दरवर्षी ५ लक्ष स्त्रिया-दर मिनिटास एक- गरोदरपणातील अवघड गुंतागुंतीमुळे व अपत्यजन्माशी संबंधित अडचणींमुळे मृत्युमुखी पडतात. ९९ टक्के प्रसूतीनंतरचे मृत्यू विकसनशील देशांत व ९० टक्क्यांहून अधिक आशिया व आफ्रिका खंडात होतात. उपसहारा आफ्रिकेतील १६ स्त्रियांपैकी एक स्त्री गरोदरपण वा अपत्यजन्मामुळे मरण पावते, तर औद्योगिकीकरण झालेल्या देशांमध्ये ४ हजार पैकी एक स्त्री जीव गमावते. स्त्री व वय म्हणून वृद्ध स्त्रियांना दुहेरी त्रास सोसावा लागतो. अधिक वृद्ध स्त्रियांना दारिद्र्यात खितपत पडावे लागते. ह्या काळात त्या अधिक दुर्बल, अशक्त झालेल्या असतात. प्रसूती व बालसंगोपन ह्या संबंधीचे ज्ञान, माहिती, अनुभव आजी झालेल्या स्त्रियांना अधिक असतो. अनेक घरांमध्ये, कुटुंबांमध्ये आजी श्रमजीवी आईवडिलांना आधार असतात. बालहक्कांच्या प्रसार कार्यक्रमात बालकांचा व कुटुंबांचा फायदा होतो, उपयोग होतो कारण यामध्ये आजीचा अंतर्भाव केलेला असतो.

मुलींच्या शिक्षणास स्त्रियांनी महत्त्व, अग्रक्रम द्यावा म्हणून त्यांना सक्षम करायला हवे. मुलांच्या-मुलींच्या शिक्षणात शिकलेल्या मातेस महत्त्वाचे स्थान आहे. उपसहारा आफ्रिकन १८ देशांतील ७-१४ वयोगटातील मुलांच्या स्वतंत्र अभ्यासावरून असे दिसून आले आहे की, शिक्षित मातांची ७३ टक्के मुले शाळेत शिकत होती. त्या मानाने

अशिक्षित मातांची ५१टक्के मुळे शाळेत जात होती. प्राथमिक संगोपनाची, आरोग्याची काळजी घेणाऱ्या मातांची मुले सहसा नापास होत नसत, वा शाळा सोडत नसत. कुटुंबप्रमुख म्हणून स्त्रिया असणाऱ्या कुटुंबांत मुलांच्या विकासासंबंधीच्या निर्णयावर प्रभाव दिसून येतो. १९९८ मध्ये साधारणत: २०टक्के घरात, कुटुंबांत स्त्रिया प्रमुख होत्या. ह्या अंदाजावर आधारित लॅटिन अमेरिकेत २४ टक्के, उपसहारा आफ्रिकेत २२ टक्के, आशियात १६ टक्के आणि मध्यपूर्व व उत्तर आफ्रिकेत१३ टक्के घरांमध्ये स्त्रिया प्रमुख आहेत, त्याच निर्णय घेतात. स्त्री प्रमुख असलेल्या घरांचे, कुटुंबांचे एकाच सामाजिक वा आर्थिक गटात नेमके वर्गीकरण करता येत नाही. स्त्री व पुरुष प्रमुख असलेल्या कुटुंबामध्ये साधारणत: ५ टक्के मुले घरकामात मदत करतात, १४ टक्के मुले शेतात वा उद्योगांत व साधारणत: ८ टक्के घराबाहेर काम करतात.

राजकारण व प्रशासनात स्त्रियांना विशेष महत्त्वाचे स्थान आहे. अनेक अभ्यासांवरून असे दिसून आले आहे की राजकारणातील क्रियाशील महिलांनी मुलांच्या प्रश्नांसंबंधी आग्रह,प्रसार करण्यात राष्ट्रीय व स्थानिक पातळीवर प्रभावी भूमिका बजावली आहे. शांतता प्रक्रियेत व संघर्षोत्तर पुनर्रचनेत स्त्रिया तितक्याच समर्थ ठरल्या आहेत. जगातील निरनिराळ्या प्रदेशातील स्त्रियांचा संसदेतील सहभाग वाढत असल्याचे दिसून आले आहे. अमेरिकेत जानेवारी १९९७ मध्ये १३ टक्के स्त्रिया तर मे २००६ मध्ये २१ टक्के, उपसहारा आफ्रिकेत जानेवारी १९९७ मध्ये १०टक्के तर मे २००६ मध्ये १२ टक्के, आशियात जानेवारी १९९७ मध्ये १३टक्के तर मे २००६ मध्ये १६ टक्के, नॉर्डिक देशासह युरोपात जानेवारी १९९७ मध्ये १४ टक्के तर मे २००६मध्ये १९ टक्के, अरब राज्यांत जानेवारी १९९७ मध्ये ३टक्के तर मे २००६ मध्ये ८टक्के प्रमाण होते. मार्च २००६पर्यंत तीनच देशांमध्ये -चिली, स्पेन, स्वीडन-मंत्रिपदांत स्त्रीपुरुष समता साधली आहे. जानेवारी २००५ पर्यंत १८३ देशांमध्ये स्त्रियांनी ८५८ खाती व मंत्रालये सांभाळली. म्हणजे जगभरच्या शासनातील मंत्र्यांपैकी अवघी १४.३ टक्के मंत्रिपदे सांभाळली. १९ देशांच्या शासनामध्ये एकही महिला मंत्री नव्हती. ज्या शासनामध्ये स्त्रिया मंत्री होत्या, त्या केवळ एक ते तीन संख्येत होत्या. राजकीय बदल होण्यात स्त्रियांच्या गटांना विशेष महत्त्वाचे काम करता येते. अफगाणिस्तान, ऑस्ट्रेलिया, मोरोक्को, मोझांबिक, रवांडा आणि ताजिकीस्तान ह्या देशांत स्त्रियांच्या गटांनी प्रशिक्षण, प्रबोधन, कायदे बदलण्यात, बालविवाह विरोधी मोहिमेचे आयोजन आदी कार्यक्रमांत पुढाकार घेतला.

प्रस्तुत अहवाल १४८पृष्ठांचा असून त्यामध्ये ११ तक्ते मूलभूत निकष, शिक्षण, आरोग्य,पोषण, लोकसंख्याशास्त्रीय माहिती, एचआयव्ही/एड्स, आर्थिक निकष आणि स्त्रियांसंबंधी आहेत. जगातील २८२ देशांची माहिती दिली आहे.

परिशिष्ट

चिंताजनक आकडेवारी (राष्ट्रीय कुटुंब आरोग्य पाहणी-३)

प्रजोत्पादन स्थिती

२.७ एकूण प्रजोत्पादन दर. दर महिलेस १.२९ मुले दुसऱ्या राष्ट्रीय कुटुंब आरोग्य पाहणीत तर २.४ मुले पहिल्या पाहणीत दुर्बल कमकुवत गटातील स्त्रियांचे प्रजोत्पादन प्रमाण अधिक ३.१ मुले दर स्त्रीस वर्गीकृत जमाती व वर्गीकृत जातीतील स्त्रियांमध्ये प्रमाण आहे २.९ मुले. इतर मागासवर्गीय स्त्रियांमध्ये प्रमाण २.८ मुले व वरील कोणत्याही गटांत नसलेल्या स्त्रियांमध्ये २.४ मुले असे प्रमाण आहे.

विविध शैक्षणिक पातळ्यांवरील प्रमाण असे आहे-मुळीच शिक्षण नसलेल्यांमध्ये ३.६ मुले, पाच वर्षे शिक्षणात असलेल्यामध्ये २.५, आठ वर्षे शिक्षणातील स्त्रियांमध्ये २.२, दहा ते ११ वर्षे शिक्षणातील स्त्रियांमध्ये २.१,१२ वर्षांहून अधिक काळ असलेल्यांमध्ये १.८. मुले थोडक्यात गरीब व अगदी कमी शिक्षण झालेल्यांना अधिक मुले आहेत.

* * *

१२. लिंगभेदविरहित अर्थसंकल्प

गेली ५६ वर्षे नियोजनबद्ध विकासानुसार सामाजिक ,आर्थिक, शैक्षणिक, औद्योगिक विकासाचे प्रगतीचे छोटे मोठे कार्यक्रम,योजना, प्रकल्प राबविले जात आहेत. गेली १५–२० वर्षे आपल्या पंचवार्षिक योजनांमधून सबलीकरण आणि महिला सक्षमीकरण या बाबींवर विशेष भर दिला गेला आहे आणि पुढील योजनांमध्ये अधिकच राहणार आहे. अशोक लाहिरी समितीने 'अर्थसंकल्पीय आदान प्रदानांचे वर्गीकरण' या आपल्या अहवालामधून केलेल्या शिफारशींची पार्श्वभूमी आधारभूत मानून भारत सरकारने अर्थसंकल्प व त्याची प्रक्रिया पद्धती याबाबत धोरण निश्चित केले. सन २००५–०६ चा अर्थसंकल्प सादर करताना केंद्रीय अर्थमंत्री पी. चिदंबरम ह्यांनी केंद्रीय अर्थसंकल्पात 'जेंडर बजेटिंग' या विषयावर सविस्तर स्पष्टीकरण सादर केले. शासकीय कार्यक्रम आणि योजना यामधून लिंगभेद निवारणासंबंधातील दहा मागण्यांना मूर्त स्वरूप दिले असल्याचे त्यांनी अभिमानाने सांगितले. लिंगभेद निवारणाबाबत २४ मागण्यांचा आग्रह धरण्यात आला आहे. त्यातील दहा मागण्या केवळ एकाच वर्षाच्या काळात सरकार पूर्ण करीत आहे. या मागण्यासंबंधातील कार्यक्रम आणि योजना यांची आर्थिक व्याप्ती सकृत्दर्शनी रु.२८,७३७/– कोटी आहे. ही रक्कम एकूण अर्थसंकल्पीय तरतुदीमध्ये अवघी ५ टक्के आहे.

१९८४ मध्ये ऑस्ट्रेलियात या जेंडर बजेटिंगच्या वाटचालीचा आरंभ झाला. ऑस्ट्रेलिया संघराज्याच्या अर्थसंकल्पातून १९८४ मध्ये लिंगभेद निवारण्याच्या दृष्टीने जेंडर बजेटिंगची मुहूर्तमेढ रोवण्यात आली. परंतु पुढे २००१मध्ये सरकार बदलले गेल्याने जेंडर बजेटिंग आघाडीची वाटचाल मंदावत गेली. दक्षिण आफ्रिकेतील वांशिक राजवटीच्या काळात अर्थखात्यामध्ये जेंडर बजेटिंग आघाडी काम करीत होती.परंतु १९९९ मध्ये दानशूरांनी त्यात शिरकाव केल्यामुळे ती गुंडाळली गेली. परंतु दक्षिण आफ्रिकेत जेंडर बजेटिंगला पूर्ण विराम मिळालेला आहे, असे म्हणता येणार नाही. कारण तेथील संसदीय गटांच्या चर्चा–भाषणे यामधून जेंडर बजेटिंग हा विषय अहमहमिकेने मांडण्यात येत असतो. फिलिपिन्समध्ये १९९५मध्ये जेंडर बजेटिंगला लिंगभेद निवारण व महिला विकासाच्या दृष्टिकोनातून प्रारंभ करण्यात आला. तेथील

सर्व राष्ट्रीय आणि उपराष्ट्रीय अर्थसंकल्पातून लिंगभेद निवारण आणि महिला विकास याकरिता एकूण अर्थसंकल्पीय तरतुदींमध्ये ५ टक्के तरतूद महिलांच्या विकासासाठी करण्याचे धोरण ठरवून त्याची अंमलबजावणी करण्यात आली. महिलांसाठी ५ टक्के निधी दिला की १० टक्के हा प्रश्न गौण ठरतो. जेंडर बजेटिंग तत्त्वप्रणालीमध्ये ही गोष्ट दुय्यम समजली जाते. या प्रक्रियेमध्ये आदर्शवादाची जोपासनाही करावी लागते. विविध विभागांकडून महिलांना सहभागी करून घेणाऱ्या रास्त कार्यक्रमांमधून त्यांच्या स्त्रीत्वाची जाणीव दक्षतापूर्वक ठेवावी लागते. या सर्व बाबी काळजीपूर्वक तपासून धोरणे ठरवून, परीक्षण करून योजिलेले कार्यक्रम हे सरसकट सर्व विभागांनी महिलांच्या विकासासाठी काही निधी 'बहाल' करण्याहून अधिक परिणामकारक, प्रभावी, उपयुक्त होत असतात. महिलांच्या निश्चित गरजा काय आहेत हे ओळखून, समजावून घेऊन त्यांच्यासाठी अर्थसंकल्पीय निधी उपलब्ध करून देणे अशी दृष्टी, विचार जगाच्या पाठीवर फारसा असल्याचे दिसून येत नाही. फिलिपिन्समधील काही परगण्यांमध्ये स्थानिक पातळीवर महिलांच्या गरजा नेमक्या कोणत्या, कशा प्रकारच्या आहेत या संबंधात परीक्षण आणि निरीक्षण करण्याच्या संशोधक दृष्टीने प्रायोगिक धर्तीचे काही कार्यक्रम अमलात आणले गेले.

लिंगभेदाचा संपूर्ण, शांतपणे विचार करून त्या विचारांचे धोरणात रूपांतर जेंडर बजेटिंगमुळे होत असल्याने सामाजिक समता व कार्यक्षमता या दोन गोष्टी साध्य होण्यासाठी ते उपकारक, उपयुक्त ठरते. जेंडर बजेटिंग संबंधात नॅशनल इन्स्टिट्यूट ऑफ पब्लिक फायनान्स अँड पॉलिसी (नवी दिल्ली) यांनी केलेल्या संशोधन प्रबंधात म्हटले आहे, 'लिंगभेदाची समस्या देशाच्या आर्थिक विकासातून होणाऱ्या ठिबक सिंचनामधून दूर होणे अशक्य आहे. तर देशाच्या अर्थकारणाचे बारकावे तपासून त्या चौकटीमध्ये ही समस्या सोडवता येऊ शकेल.' अर्थ मंत्रालयाच्या आघाडीवरही अशा जागृतीचे मानस विकसित झाल्याचे दिसून येते. अलीकडे ते म्हणू लागले आहेत की, 'लिंगभेद ही देशाच्या विकासकार्यात महाग पडलेली बाब आहे. विकासात अकार्यक्षमता जोपासणारी लिंगभेद ही मोठी खीळ आहे.' एन आय पी एफ पी या संशोधन संस्थेने आपल्या व्यवस्था (पद्धती) नुसार जेंडर बजेटिंग प्रक्रियेतून वाटप करण्याचे तीन भागांत वर्गीकरण केले आहे. (१) महिला व मुली यांना लक्ष्य ठरवून शंभर टक्क्याने त्यांच्यासाठी केलेल्या निधीच्या तरतुदी, (२) महिलांना योजना कार्यक्रम यामधून (किमान ३०टक्के महिलांचा सहभाग) निधीची तरतूद, (३) वरील धोरण आणि तत्त्वांच्या एकत्रीकरणातून महिला विकासाच्या परिपूर्ण योजनेसाठी निधींच्या तरतुदीची व्यवस्था.

समाजजीवनाशी संबंधित अशा महत्त्वाच्या विभागाकडून अमलात आलेल्या काही कार्यक्रमांची उदाहरणे: १) महिला उद्योजक, विधवा, कुटुंब प्रमुख असलेल्या

पालक महिला यांना व्यापारी/घरगुती वीज पुरवठा करण्यासाठी अग्रक्रम.

२) महिला, महिलांच्या सहकारी संस्था, महिलांचे स्वावलंबी गट यांना औद्योगिक परवाने/ व्यापारी राखीव भूखंड, पेट्रोलपंप देण्यात अग्रक्रम.

३) निर्यात संवर्धक योजनांमध्ये महिलांसाठी निधी निश्चित करणे.

४) महिला वर्गासाठी मोठ्या कार्यशाळा चालविणाऱ्या औद्योगिक कारखान्यांना कर सवलत.

५) महिलांना रेशन दुकाने, सार्वजनिक टेलिफोन बूथ, सायबर कॅफे इत्यादी व्यवसाय उपलब्ध करून देण्याबाबत तातडीने कार्यवाही करणे.

६) महिला प्रवाशांसाठी जादा बसेस/राखीव रेल्वे डबे यांची सोय.

७) महिलांना कर्ज देताना बँकांची व्याज दरात सवलत.

जेंडर बजेटिंगच्या सर्व आघाड्यांची गुरुकिल्ली म्हणजे निर्णय घेण्याच्या प्रक्रियेत महिलांचा सहभाग ही आहे. महिलांनी केवळ लाभार्थी या नात्याने जेंडर बजेटिंग चळवळीत सहभागी व्हावे असा उद्देश नाही तर अंमलबजावणी आणि निर्णय घेण्यामध्ये पुरुषांच्या बरोबरीने त्या समान भागीदार आहेत अशा तऱ्हेची वागणूक त्यांना मिळाली पाहिजे. या दृष्टीने लोकांनी निवडून दिलेल्या महिला लोकप्रतिनिधी, महिलांचे स्वावलंबी गट इत्यादींना जेंडर बजेटिंगची कार्यपद्धती आणि निर्णय घेण्याची क्षमता निर्माण व्हावी यासाठी सक्रिय सहभागी करून घेऊन महिला शक्ती वाढविण्याचा पुरस्कार जेंडर बजेटिंग चळवळीत केलेला आहे. जेंडर बजेटिंगच्या कार्यात जेथे त्रुटी, उणिवा असतील त्यांचा शोध घेणे आणि योग्य ती कारवाई करून त्रुटी, उणिवा दूर करण्याचे काम महिलांनी करावे. महिला विकासाचा मूलस्रोत म्हणजे महिला आणि बालविकास विभाग होय. ह्या विभागाने लिंगभेद निवारण्याची साधन सामग्री, जेंडर बजेटिंगचा सातत्यपूर्ण प्रसार आणि लिंगभेद निवारणाचे सामाजिक प्रवाह निर्माण करण्याचे ठोस काम सुरू केले आहे. विविध शासकीय विभाग आणि मंत्रालयामधून आत्तापर्यंत ४२ जेंडर बजेटिंग कक्ष उघडण्यात हा विभाग यशस्वी झाला आहे. या कक्षांकडे नेमून दिलेले कार्य पुढीलप्रमाणे आहे:

१) जेंडर बजेटिंगसाठी प्रोत्साहन देण्याकरिता मुख्यालय म्हणून त्यांनी प्रामुख्याने काम करावे.

२) सार्वजनिक योजना निधी खर्च आणि धोरणे खर्च, महसुली योजना, आवक, धोरणे, विधेयक इत्यादी संबंधात त्यांची जेंडर बजेटिंग संदर्भात चिकित्सा परीक्षण करण्याचे कृतिशील चालक म्हणून आपले स्थान निर्माण करून कार्य पार पाडावे.

३) लिंगभेद आणि त्याचे निवारण या विषयाच्या अनुषंगाने त्यांनी समाज, प्रदेशातील माहिती, आकडेवारी यांचा संग्रह करीत जावे. या माहिती, आकडेवारीचा

उपयोग समाजातील महिलांच्या विविध गटांना शासकीय योजनांच्या निधीचा लाभ मिळवून देणे, महिलांसाठीच्या संकल्पनांमधून महसुली उत्पन्न मिळवून देणे, धोरणे ठरवणे आणि विधेयके तयार करणे या गोष्टीसाठी करता येईल. शासकीय खात्यांमधील जेंडर बजेटिंग आघाड्या तसेच शासकीय कार्यक्रमांची अंमलबजावणी करणारी प्रशासकीय आणि सामाजिक स्वयंसेवी संस्था यांना माहिती पुरवून मार्गदर्शन करावे.

कामातील त्रुटी व समस्या :

१) लिंगभेद संबंधात माहिती, आकडेवारीची अनुपलब्धता.

२) प्रशासनातील अधिकारी वर्गाला जेंडर बजेटिंग संबंधात प्रशिक्षण देण्याची आवश्यकता.

३) महिलांचे अधिकार यशस्वीपणे प्रस्थापित करण्याकरिता बहुविभागीय एकत्रित कृतिशीलता.

४) महिलांना निर्णय घेण्यासंबंधात सक्षम, सबल बनविण्याची गरज.

५) अर्थ, परिवहन,ऊर्जा, पडीक जमिनी विकास, रस्ते बांधणी इत्यादी विभागांमधून लिंगभेद दूर करण्यासंबंधात संशोधनाची आवश्यकता.

टोकियो येथे १५ मे २००० मध्ये भरलेल्या 'आंतरराष्ट्रीय समस्या सोडविण्याची धारणाशक्ती व स्वातंत्र्य' या शैक्षणिक पॅनलसमोर भाषण करताना नोबेल पुरस्कार विजेते डॉ. अमर्त्य सेन म्हणाले, 'एकविसाव्या शतकाची वाटचाल करताना या काळातील मानवांची दूरदृष्टी एखाद्या व्याधीग्रस्ताची सेवा करावी लागते तशी असता कामा नये, तर तत्परतेने स्वत:हून व संघटितपणे सामूहिक कामे पार पाडण्याची असावी लागेल. माणूस म्हणून जगण्याच्या भूमिकेपलीकडे मानवाला जावे लागेल. 'गरजवंत' किंवा 'ग्राहक' इतक्याच भूमिकेत न जगता परिवर्तनाचे दूत म्हणून स्वत:ला विकसित करावे लागेल. जेव्हा संधी मिळेल त्यावेळी प्रेरणा देणे, अंदाज घेणे, प्रस्तावित करणे, आग्रह धरणे अशा गुणांची जोपासना करून उद्याच्या मानवी जीवनाला आकार देण्याचे काम त्यांनी करावं.'

राजकारणातील स्त्रीसहभागास गांधीजींचे प्रोत्साहन

स्त्रियांच्या मनात जाणीव जागृती निर्माण करण्यात सर्वात महत्त्वाचा भाग होता अहिंसक कृतीचा. ब्रिटिश शासनाविरुद्ध लढण्यात अहिंसक कृतीची जबाबदारी स्त्रियांनी उचलण्यासाठी गांधीजींनी त्यांना तयार केले. घरातील बंदिस्त, सुरक्षित वातावरणातून बाहेरच्या जगात हिंमतीने वावरण्यास, शांततापूर्ण सत्याग्रह करण्यास गांधीजींनी त्यांची मानसिकता तयार केली. मनोधैर्य वाढविले. आक्रमणास, वाईट गोष्टींचा मुकाबला

करण्यास स्त्रिया पुरुषांइतक्याच समर्थ आहेत. गांधीजींच्या सर्व सत्याग्रह आंदोलनात स्त्रियांनी भाग घेतला. छोट्या-मोठ्या मुदतींचा कारावास भोगला. लाठीमार सहन केला. ह्या स्त्रियांमध्ये निरक्षर- साक्षर, अशिक्षित-सुशिक्षित, गरीब -श्रीमंत, उच्च वर्गीय-मध्यमवर्गीय-कनिष्ठ मध्यमवर्गीय, विविध व्यवसायातील ग्रामीण शहरी, श्रीमंत स्त्रियांनी प्रसंगी आपले सोन्याचे दागिने काढून ते स्वातंत्र्य आंदोलनाच्या कार्यासाठी दिले आहेत. गांधीजींना स्त्रियांची त्यागबुद्धी, सेवावृत्ती, सोशिकता याबद्दल नितांत विश्वास होता, खात्री होती.

– श्रीमती राजकुमारी अमृता कौर

१३. स्त्री सक्षमीकरणाचे फलित

आर्थिक स्वायत्तता, क्षमता, परिपूर्णता असेल तर व्यक्ती स्वावलंबी होऊ शकते, व्यक्तीचा आत्मविश्वास वाढतो. आत्मबल वृद्धिंगत होते आणि त्यामुळेच वर्तमानाबरोबर जगतानाच व्यक्ती भविष्याचाही साधकबाधक विचार करण्यास प्रवृत्त होतात आणि त्यातूनच 'स्व'प्रगतीचा, कुटुंबाच्या प्रगतीचा आणि त्याचबरोबर देशाच्या प्रगतीचा मार्ग आपोआप खुला होतो.

परावलंबित्वातून सुटायचं असेल, आत्मविश्वास आणि आत्मबल वाढवायचं असेल तर प्रथम आर्थिकदृष्ट्या सक्षम होणं गरजेचं आहे. महिलांना सबल करण्यासाठी तर त्याची खूप आवश्यकता आहे आणि त्यासाठीच महिलांच्या स्वबचत गटाची कल्पना पुढे आली.

फक्त भारतातच नाही तर अगदी जागतिक पातळीवरही स्त्रियांना दुय्यम दर्जा मिळतो यात शंका नाही. आपल्या पुरुषप्रधान संस्कृतीमध्ये कुटुंबाच्या अर्थार्जन व संरक्षणाची जबाबदारी पुरुषाची, तर स्त्रीचे कार्यक्षेत्र फक्त चूल व मूल असे मानण्यात येत होते. स्वातंत्र्यानंतर हळूहळू स्त्रियांमध्ये जागृती निर्माण होऊ लागली. स्त्रिया निरनिराळ्या क्षेत्रांत चमकू लागल्या. पुढे येऊ लागल्या. स्त्री चळवळीनेही नंतरच्या काळात जोर धरला त्यामुळेही स्त्रियांना पाठबळ मिळत गेले. स्त्रिया सक्षम होण्यास सुरुवात झाली.

पुरुषप्रधान संस्कृतीचा शहरी जीवनावरील, सुशिक्षित स्त्रियांवरील, अर्थार्जन करणाऱ्या स्त्रियांवरील पगडा थोडाफार तरी कमी झाल्यासारखा वाटतोय पण ग्रामीण भागातील प्रभाव मात्र कायम असल्याचे जाणवते. शिक्षणाचा अभाव, बाहेरच्या जगाची फारशी माहिती नसणे, परंपरागत चालत आलेला, पाहिलेला, अनुभवलेला दबाव याखाली या स्त्रिया आत्तापर्यंत दडपलेल्या होत्या. आता त्यातही बचत गटाच्या माध्यमातून बदल करण्याचा प्रयत्न चालू आहे. आजपर्यंतह्न'मी अडाणी, मला काय येतंय?, माझ्याजवळ कुठे पैसे आहेत' या विचारसरणीपासून ते 'मी हे करू शकते, मला हवं ते मिळवता येईल' येथपर्यंतचा महिलांचा प्रवास झालेला आहे. महिला बचत गटाच्या माध्यमातून हे साध्य करता आलेले आहे. महिलांकडे निर्मितीक्षमतेची

प्रचंड ऊर्जा आहे. परंतु आपल्याकडे काय क्षमता आहेत हे कळूच नये अशी समाजव्यवस्था आपण निर्माण केली आहे. आपल्याकडे काय गुण आहेत हे न कळताच अनेक जीवांचा अंत होतो आणि येथेच चळवळीची, नेतृत्वाची भूमिका सुरू होते. बचत गटाची चळवळ ही त्यापैकीच एक. बचत गटाची चळवळ ही महिलांना सक्षम करणारी आणि खरोखर अत्यंत यशस्वी ठरलेली अशी मोठी व्यापक चळवळ आहे.

आर्थिकदृष्ट्या कमकुवत गटातील लघुव्यावसायिकांसाठी कर्जपुरवठा होण्याचे बचत गट हे एक साधन आहे. एकत्रितरीत्या तयार झालेले गट, त्या गटांनी केलेली बचत, गटाअंतर्गत तारणासहित कर्ज पुरवठा, वस्तुरूप तारणाऐवजी सामाजिक आणि समूहाचे तारण, लोकशाही कार्यपद्धती म्हणजेच तयार झालेले महिलांचे असंख्य बचत गट, हे महिलांच्या सक्षमीकरणाचे, गरिबीविरुद्धच्या लढ्याचे आणि सावकारी पाशातून मुक्ततेचे एक प्रभावी हत्यार आहे.

खासगी सावकारी पाशातून मुक्तता आणि वेळप्रसंगी सहज उपलब्ध होणारी, आपल्याच पैशातून मिळणारी मदत हाच मोठा महिलांना दिलासा देणारा असा बचत गटाचा प्रमुख हेतू आहे. महिलांना संघटित करून त्यांना आर्थिकदृष्ट्या सशक्त करणं हे बचत गटाचे ध्येय आहे, त्यानुसार वाटचालही वेगाने सुरू आहे. भारतात हे जाळे पसरविण्याचे काम स्वयंसेवी संस्थांकडे, बँकांकडे सोपविण्यात आलेले आहे. त्याला महिलांचा प्रतिसादही उत्तम तऱ्हेने मिळत आहे. दिवसेंदिवस तो वाढतोच आहे. महिला सक्षमीकरणाच्या प्रगतीचं ते एक द्योतकच आहे. आज भारतात बचत गटाच्या चळवळीने चांगलेच मूळ धरलेले आहे. पण तरीही अजून बराच मोठा पल्ला गाठायचा आहे.

अगदी मोलमजुरी करणाऱ्या, शेतात राबणाऱ्या, धुण्याभांड्याची कामे करणाऱ्या, अशा महिलांना बचतीची सवय लावण्यासाठी, त्यांच्याच आर्थिक अडीअडचणीच्यावेळी त्यांना उपयोगी पडावे अशा हेतूने दरमहा अगदी त्यांना उपयोगी पडावे अशा हेतूने बचत गट तयार करण्यात येतात. या महिला दरमहा अगदी १५रुपयांपासून बचत करून गटाचे बँकेत खाते उघडून पैसे जमा करतात आणि गटातील महिलांच्या गरजेनुसार कर्जवाटप करतात. आपल्या अडचणीच्यावेळी आपणच अशा प्रकारे बचत केलेला पैसा आपल्यासाठी उभा राहतो याचं महत्त्व महिलांना चांगलंच समजले आहे. त्याचा प्रसारही वेगाने होतोय.अशा पद्धतीचे हजारो गट राज्यात कार्यरत आहेत.

मुलांची शिक्षणं, घरातील लग्नकार्य, घराची दुरुस्ती, शेतीचं काम येथपासून ते स्वत:चा स्वतंत्र व्यवसाय सुरू करण्यापर्यंत महिला या बचत गटातून कर्ज घेतात आणि मुख्य म्हणजे त्याची परतफेडही वेळच्या वेळी करतात.

अनेक महिलांनी गटातून घेतलेल्या कर्जातून विविध व्यवसाय चालू केले आहेत. त्या स्वयंपूर्ण आणि स्वावलंबी झाल्या आहेत. स्वत:च्या पायावर ठामपणे उभं राहिल्यामुळे त्यांचा आत्मविश्वास वाढला आहे. कुटुंबातही आजपर्यंत नसलेले एक वेगळे स्थान त्यांना प्राप्त होत आहे. निश्चितच प्रगतीच्या दिशेनं पडलेले ते एक पाऊल आहे असे म्हणता येईल. या चळवळीचा विस्तार झाल्यामुळे महिलांनी आत्मनिर्भर होण्याचा विचार कृतीत अवतरतोय हे सत्य आहे.

भारतात आता महिला बचत गटांची यशस्वी वाटचाल वेगाने सुरू आहे. ग्रामीण भागात याची पाळेमुळे खोलवर रुजू पाहतायत. ग्रामीण भागातील अल्पशिक्षित, गरीब महिला सबल आणि सक्षम होण्याची ही यशाची पायरी आहे.

या यशामागचे, बचत गटाच्या क्रांतीचे खरे जनक डॉ. महंमद युनूस हे आहेत. डॉ. युनूस यांनी बांगलादेशात हातावर पोट असणाऱ्यांसाठी बचत गटाची कल्पना प्रत्यक्षात आणली.

अत्यल्प उत्पन्नातील गटाला पैशाची जास्त जरुरी असते. बँका काहीतरी तारण असल्याशिवाय कर्ज देत नाहीत. नाइलाजाने त्यांना खासगी सावकाराकडून अथवा अशा तऱ्हेने पैसे देणाऱ्या व्यक्तीकडून भरमसाट व्याजाने कर्ज घेऊन आपली नड भागवावी लागते. मग त्या व्याजातून आणि कर्जातून सुटका होणं अतिशय अवघड अशी परिस्थिती निर्माण होते. डॉ. युनूस यांनी याचा विचार करूनच बचत गटाची कल्पना अमलात आणली. त्यांनी राबविलेल्या या विशेष चळवळीबद्दल त्यांना नोबेल पुरस्काराने गौरविण्यात आलेले आहे.

डॉ. यूनूस यांनी १९८३ मध्ये सुरू केलेल्या या बचत गटाचा लाभ बांगलादेशातील हजारो महिलांनी आत्तापर्यंत घेतला असून आज या संस्थेचे रूपांतर ग्रामीण बँकेत झाले आहे. सध्या या बँकेचा विस्तार १०८४ शाखांमध्ये विस्तारला आहे. दररोज ही बँक सुमारे सहा कोटी रुपयांच्या छोट्या कर्जांचे वाटप करते. या कर्जापैकी ९८% कर्ज वसूल होते. जगातील कोणत्याही बँक व्यवस्थेपेक्षा वसुलीची ही आकडेवारी सरस आहे. या बँकेत ठेवही याच कर्जदारांनी दैनंदिन बचत करून ठेवली आहे. डॉ. युनूस यांच्या प्रेरणेने उभ्या राहिलेल्या बचत गटाच्या चळवळीने साऱ्या जगाला मार्गदर्शक अशी कामगिरी केली आहे. भारतामध्ये लोकप्रिय असलेल्या महिला बचत गटाचे कामही त्यांच्या संकल्पनेवर आधारित आहे.

डॉ. युनूस यांच्या चळवळीचे भारततही अनुकरण करण्याचा निर्णय १९९१ मध्ये घेण्यात आला. १९९८ नंतर या चळवळीने वेग घेतला आणि सुमारे तीस लाख बचत गट, त्याद्वारे जोडल्या गेलेल्या सुमारे साडेचार कोटी महिला आणि सुमारे अठरा हजार कोटींची उलाढाल. डॉ. युनूस यांनी बांगलादेशात चितगाव येथे लावलेल्या

बचत गटाच्या वृक्षाला भारतात लागलेली ही फळे! बचत गटाची ही आकडेवारी बोलकी असून, महिलांच्या आर्थिक सक्षमीकरणाची कोणतीही चळवळ या आधी इतकी यशस्वी झाली नाही. अल्पबचत गटाची कल्पना प्रत्यक्षात आणून दारिद्र्य निर्मूलनाचा आदर्श निर्माण करणारे ज्येष्ठ अर्थतज्ज्ञ डॉ. महंमद युनूस यांना सकाळ वृत्तपत्र समूहातर्फे 'सकाळ पर्सन ऑफ द इयर' हा पुरस्कार देण्यात आला.

भारतात स्वयंमदत गटाची किंवा बचत गटाची चळवळ १९व्या शतकात सुरू झाली तरी त्याला आकार येण्यास विसावे शतक उजाडले. राष्ट्रीय कृषी आणि ग्रामीण विकास बँकेने (नाबार्ड) हे गट आणि बँकांकडून होणाऱ्या पतपुरवठ्याची सांगड घातल्यानंतर बचत गट चळवळ व्यापक होत गेली. लघुवित्त कसे असावे याबाबत रिझर्व बँकेने वेळोवेळी मार्गदर्शक तत्त्वे जाहीर केल्यामुळे त्याला प्रोत्साहन मिळाले. दारिद्र्य निर्मूलनाच्या योजनेपासून वंचित राहिलेल्यांना बचत गटाचा मोठा आधार मिळाला आहे. व्यावसायिक संधी आणि सामाजिक बांधिलकीतून बँकांनी ही जबाबदार पेलली. देशाच्या मुख्य प्रवाहात या लोकांना आणण्याच्या दृष्टीने बँकांचा सहभाग महत्त्वाचा ठरतो.

जगातील गरिबी २०१५ पर्यंत निम्म्यावर आणण्याचे संयुक्त राष्ट्रसंघाचे उद्दिष्ट आहे. छोट्या रकमांची कर्जे हे गरिबीवरचे औषध आहे. 'कर्ज लहान, पण बचत महान' या तत्त्वाची अंमलबजावणी करायला धडपडणारे लाखो बचत गट कार्यरत आहेत. गरिबांना स्वयंपूर्णतेचे शिक्षण मिळाल्यास गरीब लोक कष्ट करून स्वत:च्या पायावर उभे राहू शकतात हे अनेक महिलांनी सिद्ध केले आहे.

ग्रामीण महिलांचे व मुलांचे आरोग्य संवर्धन, शैक्षणिक, सामाजिक व व्यावसायिक उत्थान करण्याच्या हेतूने बचत गटाची चळवळ खूप महत्त्वाकांक्षी ठरली आहे. घरातील स्त्रीचा विकास झाला तर मुलांचा आणि घराचा खरा विकास होईल या प्रेरणेने बचत गटामध्ये महिला सहभागी होतात. स्वावलंबी आणि सबल व्हावं असं प्रत्येकालाच वाटत असतं आणि त्यासाठी बचत गटासारखं सहज सोपं माध्यम महिलांना उपलब्ध झालेलं आहे. बचत गटाच्या माध्यमातून महिला सक्षमीकरण वेगाने होऊ शकते. याचा अनुभव गेल्या काही वर्षात महाराष्ट्रात मोठ्या प्रमाणावर आला. महिला बचत गटांची निर्मिती वेगाने झाली. त्याला शासनानेही प्रोत्साहन दिले. महिलांचा आत्मविश्वास वाढविण्यासाठी व त्या आर्थिकदृष्ट्या स्वावलंबी होण्यासाठी बचत गटाचा मोठा फायदा झाला आहे.

स्वयंसहायता गट भक्कमपणे स्वत: पायावर उभे आहेत. त्यातून व्यावसायिक गट निर्माण झाले आहेत. बचतीबरोबर स्वयंरोजगार, महिला सक्षमीकरण, सामाजिक उपक्रम, साक्षरता आणि आरोग्य अशा विविध क्षेत्रांत हे गट काम करीत आहेत.

या सर्व उपक्रमांमुळे महिलांना समाजात आणि कुटुंबात एक मानाचे स्थानही प्राप्त होत आहे. महिलांवरील अत्याचारांचे प्रमाणही थोड्या प्रमाणात का होईना पण कमी होण्याची शक्यता आहे. शाळांमधली मुलांची गळती रोखण्यातही काही प्रमाणात यश येत आहे. बचत गटांमुळे स्त्रियांना आत्मसन्मान मिळत आहे. 'चूल व मूल' यातून स्त्रिया बाहेर पडून विकासाच्या प्रवाहात सामील झाल्या आहेत.

भारतात हे जाळे पसरविण्याचे काम स्वयंसेवी संस्थांकडे, बँकांकडे सोपविण्यात आले आहे. बचत गट स्थापन करण्यात आंध्र प्रदेशाची आघाडी आहे. या राज्यात सुमारे सहा लाख गट स्थापन झाले आहेत. त्या खालोखाल तमिळनाडूत पाच लाख गट आहेत. महाराष्ट्रात अडीच लाख आहेत. त्यातले ९४ हजार गट बँकांशी संलग्न आहेत.

या गटांनी दैनंदिन गरजांसाठी कर्ज घेण्याबरोबरच स्वत:च्या उन्नतीसाठी हे कर्ज घेऊन स्वत:चा व्यवसाय सुरू करावा अशी अपेक्षा होती. त्याप्रमाणे अनेक गटांनी असे व्यवसाय सुरू केले आहेत. ज्या भागात जे सहज उपलब्ध तो व्यवसाय निवडला जातो.

गायी-म्हशींचे पालन, दूध विक्री, दूध शीतकरण प्रकल्प, दुधाचे उपपदार्थ, खाद्यान्न, नाचणी व नागलीचे पापड, उडदाचे पापड, तांदळाचे पापड, कुरडया, शेवया तयार करणे, तिखट, हळद, मसाला तयार करणे, केटरिंगचा व्यवसाय, खानावळ, जेवणाचे डबे, दिवाळीचे फराळाचे पदार्थ यासारखे खाद्यपदार्थ तयार करण्यापासून काही भागात चिंच गोळा करून चिंचेचे पदार्थ केले जातात, शतावरी कल्प तयार केले जाते. फिनेल, नीळ, लिक्विड सोपही तयार केले जातात. रेक्झिनच्या बॅग बनवल्या जातात, कपडे शिलाई, गोधड्या शिवणे यासारखे उद्योग घरबसल्या केले जातात. कोणी छोटी डालमिल चालवतात. कोणी बांगड्या विक्रीचे, कोणी मटण विक्रीचे, किराणा मालाची, छोटी दुकाने सांभाळतात.

बचत गटांनी एक एकर शेती खंडाने घेऊन बटाटे लागवड व सुधारित जातीच्या तूर लागवडीचा प्रयोग करून चांगले उत्पन्न घेतले. काहींनी गांडूळखताची निर्मिती करून हेही उत्पन्नाचं साधन आहे हे दाखवून दिले.

एरवी फक्त शेतात राबणाऱ्या महिलांचे संसार बचत गटांमुळे उजळले आहेत. जिद्द, चिकाटी, नियोजन आणि श्रम करण्याची तयारी या जोरावर आणि बचत गटाच्या पाठिंब्यावर अनेकांनी स्वत:चे व्यवसाय सुरू केले आहेत.

महिलांनी बचत गटाच्या प्रभावी माध्यमातून कर्ज घेऊन स्वत:चे व्यवसाय सुरू केले आहेत. त्यांना कर्जेही तशी सहज उपलब्ध होत आहेत. अल्पकर्जातून रोजगार निर्मिती होत आहे. स्वत:च्या व्यवसायासाठी कर्ज घेण्याबरोबरच हे गट शेतकऱ्यांना

खरिपाच्या पेरणीसाठी, बी-बियाणे, गाई-म्हशी घेण्यासाठी एवढेच नव्हे, तर शेतीसाठी ट्रॅक्टर घेण्यासाठी, पाईप लाइन टाकण्यासाठी आणि त्याचबरोबर पिठाच्या गिरणीसाठी, तेलघाणा टाकण्यासाठी कर्ज देतात. अशा अत्यावश्यक गोष्टीसाठी पूर्वी सावकाराकडून कर्ज घेण्याशिवाय दुसरा पर्याय नव्हता. सावकारी विळख्यातून मुक्तीचा अनुभव गटामुळे आल्यामुळे आता कुटुंबातही महिलेला वेगळाच सन्मान मिळायला लागला आहे.

कितीही कष्ट करायला महिला डगमगत नाहीत. पण त्यांना उत्पादित मालाच्या मार्केटिंगमध्ये मोठी अडचण जाणवते. बचत गटाच्या वस्तूंना चांगली बाजारपेठ मिळवण्याकडे फारसे गांभीर्याने पाहिले गेले नाही. महिला बचत गटाकडून उत्पादित होणाऱ्या वस्तू दर्जेदार व उत्तम असतात. मात्र ज्या व्यावसायिक पद्धतीने त्या वस्तूंचे पॅकिंग व मार्केटिंग व्हायला हवे ते होत नाही. पर्यायाने या वस्तूंना चांगली बाजारपेठ मिळत नाही. आत्ताचं मार्केट हे पूर्णपणे आकर्षक पॅकेज आणि मालाचा उत्तम दर्जा यावर आधारित आहे. लोक दोन पैसे जास्त द्यायला तयार असतात पण ते दर्जालाही तेवढेच प्राधान्य देतात. आत्ताची बाजारपेठ व्यवस्थित केलेली जाहिरात, उत्तम दर्जा आणि आकर्षक पॅकेज यावर आधारित आहे. हे तंत्र जोपर्यंत आत्मसात होत नाही तोपर्यंत बचत गटाच्या मालाला बाजारपेठ मिळणार नाही. त्यासाठी बँकांतर्फे मार्केटिंगचे प्रशिक्षण देण्याचा उपक्रमही हाती घेण्यात आला आहे. प्रशिक्षण घेऊन आकर्षक पॅकेजिंग, मार्केटिंगचं तंत्र या महिलानां अवगत झालं तर त्या बाजारपेठही लवकरच हस्तगत करतील आणि आपली प्रगती अधिक वेगाने करतील यात शंका नाही. सहकाराचे युग स्वातंत्र्यानंतरची महाराष्ट्रातील एक क्रांती ठरली होती. आता महिला बचत गटाच्या माध्यमातून नव्या महिला क्रांतीचे युग येईल. आत्तापर्यंत शहरात तयार होणारी उत्पादने ग्रामीण भागात जात होती म्हणजेच ग्रामीण भागातील पैसा शहरी भागात जात होता. बचत गटाच्या माध्यमातून याउलट परिस्थिती निर्माण करणे शक्य आहे. ग्रामीण भागात तयार झालेली उत्पादने शहरी भागात विकली गेली तर शहरी भागातील संपन्नता ग्रामीण भागात जाईल आणि तेथील उद्योजकता वाढीस लागेल. ग्रामीण भागात उद्योगाची केंद्रे निर्माण झाली तर शहरी भागाकडे पोटासाठी धाव घेण्याची गरज ग्रामीण जनतेला राहणार नाही. बचत गटाच्या माध्यमातून ग्रामीण महिलांना शहरी आर्थिक प्रक्रियेत स्थान देता येईल.

शहरातील लोकांना ग्रामीण संस्कृतीचे दर्शन व्हावे व महिला बचत गटांच्या उत्पादनांना शहराची बाजारपेठ उपलब्ध व्हावी या उद्देशाने या वस्तूंचे ठिकठिकाणी प्रदर्शन भरवून जास्तीतजास्त लोकांपर्यंत पोहोचवण्याचा प्रयत्न केला जात आहे.

पुण्यामध्ये दोन वर्ष भरणारी 'भीमथडी जत्रा' हे याचे एक उत्तम उदाहरण आहे. शहरी व ग्रामीण भागातील महिलांना एकत्र आणून त्यांची परस्परांशी ओळख व्हावी.

ग्रामीण भागातील महिलांमधील सुप्तगुणांना वाव मिळावा व त्यांच्या उत्पादनाची विक्री शहरी भागात करण्याचा आत्मविश्वास निर्माण व्हावा या उद्देशाने ही उत्पादन विक्रीची जत्रा भरविली जाते. लाखो रुपयांची विक्री या प्रदर्शनातून होते. महिलांचा आत्मविश्वास वाढतो. त्यांचा आर्थिक स्तर उंचावतो. एरवी सरकारी यंत्रणा आणि अन्य नागरिकही गरिबांना आणि विशेषत: महिलांना सहजपणे मोडीत काढतात. त्यांना कमी लेखतात. त्यामुळे त्यांच्या मनात सतत एक भीती, बुजरेपणा असतो. अशा प्रकारच्या प्रदर्शनात सहभागी झाल्यामुळे त्यांच्यातला भिडस्तपणा निश्चितच कमी होतो.

लोकसंख्येच्या सुमारे ५०% प्रमाण असलेल्या महिलांना बदलाच्या प्रक्रियेत सामावून घेतल्याशिवाय समाजपरिवर्तनाचे उद्दिष्ट साध्य होणार नाही. बचत गटाच्या माध्यमातून बदलाची प्रक्रिया सुरू झाली आहे असं म्हणायला हरकत नाही. बचत गटात सहभागी झालेल्या महिलांच्या प्रतिक्रिया बोलक्या आणि इतरांना स्फूर्ती देणाऱ्या आहेत. त्यांच्या म्हणण्याप्रमाणे-

बचत गटात सहभाग घेतल्यापासून बचतीची सवय लागली.

इतरांमध्ये मिसळण्याची, त्यांच्या अडचणी जाणून घेण्याची वृत्ती निर्माण झाली.

सहकार्याची भावना वाढीस लागली.

वैयक्तिक फायदाही खूप झाला.

प्रथम घराच्या बाहेरही पडत नव्हतो पण आता आमच्यात ते धाडस निर्माण झालं आहे.

आमचा आत्मविश्वास वाढला आहे.

कोठेही नोकरी न करता मिळणाऱ्या कर्जातून घरबसल्या व्यवसाय करता आला.

चार पैसे मानाने मिळवता आले. आर्थिक परिस्थिती सुधारली. त्यामुळे घरातही जरा मानाचे स्थान मिळवता आले.

पैशाअभावी थांबलेले मुलांचे शिक्षण पुन्हा सुरू करता आले.

महिलांना प्रोत्साहन मिळाले. त्यांचा उत्साह वाढला.

एकोप्याची भावना वाढीस लागली.

अशा प्रकारे अनेक महिला आपली मनोगते व्यक्त करताना आढळतात.

या महिला आपल्या कोशातून बाहेर पडून स्वकर्तृत्वावर ठामपणे स्वत: उभ्या राहत आहेतच. त्याबरोबर इतरांना मदत करायला पुढे येताहेत, स्वच्छता मोहीम राबवताहेत. काही गट अनाथाश्रमाला मदत करताहेत. काही गट शालेय पोषक आहार बनविण्याचं काम करताहेत, विविध सामाजिक प्रश्नांची त्यांना जाणीव होतेय, त्यासाठी मदतीचा हातही त्या देऊ लागल्या आहेत.

मावळ भागातील बचत गटांनी बचत गटातील ६०वर्षे वय पूर्ण झालेल्या महिलांना दरमहा ६०० रुपये देण्याची योजना नुकतीच जाहीर केली आहे.

या छोट्याशा अर्थकारणातील महिलांचे यश बघून आणि त्यापासून स्फूर्ती घेऊन तळेगावच्या श्री. सूर्यकांतजी ओसवाल यांनी 'पुरुष बचत गट' चालू केले आहेत. सर्वसामान्य जनतेचा अर्थकारणातील सक्रिय सहभाग वाढणं ही विकासाची खूण म्हणायला हरकत नाही.

महिला सक्षम होत आहेत, बचत गटाकडून कर्ज काढून स्वत:चे व्यवसायही सुरू करतायत. पण कर्ज काढतानाचे क्वचित ठिकाणी काहीचे अनुभव मात्र फारसे चांगले नाहीत. २५ हजाराचे कर्ज काढले तर प्रत्यक्षात हातात मात्र २२ ते २३ हजारच पडतात. २ ते ३ हजार असे तसेच जातात. व्याज मात्र २५ हजारांचं भरावं लागतं. खरोखरच या गोष्टीची सुरुवात झाली असेल तर अतिशय सावधपणे आणि वेळीच ही कीड समूळ उपटून टाकायला हवी. महिलांनी न घाबरता ही गोष्ट जाहीरपणे उजेडात आणायला हवी. अशा गोष्टी होतच असतील तर सर्व गटांनी मिळून एकत्रितपणे अशा घटना घडणार नाहीत याची दक्षता घ्यायला हवी.

स्वयंसाहाय्यता गटांची कामगिरी

महिलांच्या सक्षमीकरणासाठी महिलांचे स्वयंसाहाय्यता गट स्थापन करून 'स्वयं-सिद्धा' कार्यक्रमाचा आरंभ झाला.११६.३० कोटी रु एकूण अर्थसाहाय्यामुळे फेब्रुवारी २००१ मध्ये देशातील सर्व राज्ये व केंद्रशासित प्रदेशांमध्ये ही योजना सुरू झाली. पण काही काळानंतर ही योजना गोवा, दमण व दीव दादरा आणि नगर हवेली आणि चंदीगड ह्या केंद्रशासित प्रदेश व राज्ये यामधून बंद करण्यात आली. कार्यक्रमाचे दूरगामी उद्दिष्ट आहे महिलांचे समग्र सक्षमीकरण. सर्व विद्यमान कार्यक्रमांचे एकत्रीकरण व सामीलीकरण करून महिलांसाठी अल्प पतपुरवठा, आर्थिक संसाधने ह्यांची सोय करून हे उद्दिष्टे साधण्याचा प्रयत्न असतो. ३३५ जिल्ह्यांमधील २३८ इंदिरा महिला योजना गटासहित एकूण ६५० विकास गटामध्ये हा कार्यक्रम राबविला जात आहे. प्रत्येक विकास गटात १०० स्वयंसहायता गट कार्यरत आहेत. अनेक राज्यांत हा कार्यक्रम एकत्रित बालविकास सेवा योजनेतील यंत्रणेमार्फत व काही राज्यात राज्य महिला विकास महामंडळामार्फत राबविला जातो.

कार्यक्रमाचा सर्वांत महत्त्वाचा घटक म्हणजे पुढील चार बाबींचा समावेश असलेल्या ४-५वर्षांच्या गटविशिष्ट संयुक्त प्रकल्पाची स्थापना, अंमलबजावणी व देखरेख होय.

*गट स्थापना/संघटन कामे
*समाजोन्मुख कल्पक हस्तक्षेप

*महिला व बालविकास मंत्रालयाच्या विशिष्ट योजनांचे एकत्रीकरण –सपोर्ट टू ट्रेनिंग अँड एम्प्लायमेंट प्रोग्राम फॉर वूमेन (स्टेप),सेप-इकॉनॉमिक प्रोग्रॅम अवेअरनेस जनरेशन प्रोग्राम (एजिपी) आणि जर गरज असेल तर इतर योजना.

इतर मंत्रालयांच्या योजना भारत सरकारचा प्रयत्न, मार्गदर्शनाच्या वा राज्य सरकारच्या पुढाकारामुळे सुरू झालेल्या इतर मंत्रालयांच्या योजना.

वैज्ञानिक शोध– गृहिणींना वरदान

महिलांचा विकास आणि प्रगती याचा विचार करताना वैज्ञानिक शोधामुळे झालेला आमूलाग्र बदलही विचारात घ्यावा लागेल. महिलांची कष्टाची आणि वेळखाऊ कामे या शोधांमुळे निश्चितच कमी झालेली आहेत. काळानुरूप त्यात बदल होत गेलेला आहे.

स्वयंपाक घर हे महिलांचे सततचे कार्यक्षेत्र रांधा, वाढा उष्टी काढा हेच जणू काही ब्रीद वाक्य. प्रथम अगदी तीन दगडाची चूल मांडून त्यात लाकडं जाळून पितळीच्या पातेल्यात स्वयंपाक बनवला जात होता. दगडाच्या जागी मातीच्या बांधीव चुली आल्या. चुलीवर स्वयंपाक करताना चूल पेटवणे म्हणजे एक दिव्यच असायचं. लाकडे पटकन पेटायची नाहीत. लाकडे ओली असली तर मग बघायलाच नको. फुंकणीनं – म्हणजे छोट्या नळीने फुंकर घालून बाया दमायच्या. नाकातोंडात धूर जायचा.डोळ्यांची आग व्हायची, डोळ्यातून पाण्याच्या धारा लागायच्या.

त्यात सुधारणा झाली आणि आरोग्याच्या दृष्टीने हितकारक अशा निर्धूर चुली आल्या. ग्रामीण भागात अजूनही चूल आणि निर्धूर चुलीचा वापर केला जात आहे.

हळूहळू कोळशाच्या शेगड्या आल्या. रॉकेलवर चालणारे आवाजाचे स्टोव्ह आले. आवाजाचा त्रास वाचविण्यासाठी बिन आवाजाचे वातीचे स्टोव्ह आले.

आता सर्वांत सोप्या गॅसच्या शेगड्या आल्या. त्यामुळे वेळ आणि त्रास खूप कमी झाला आहे. पदार्थ झटपट गरम करण्यासाठी आता मायक्रोवेव्ह दिमतीला आले आहेत.

कोणतंही पीठ हवं असेल तर पूर्वी महिलांना ते धान्य जात्यावर स्वत:ला दळायला लागत असे. लाकडी किंवा दगडी उखळात मुसळाच्या साहाय्याने कांडण करावे लागे.

आता अगदी खेड्यापाड्यातसुद्धा दळण आणि कांडणे याच्यासाठी गिरण्या आहेत. मसाला वाटणे किंवा शेंगदाण्यासारखे पदार्थ कुटणं यासाठी पाटा वरवंटा आणि खलबत्ता याचा वापर करावा लागे. यासाठी श्रम आणि वेळ जास्त लागत होता. आता

मिक्सर आल्यामुळे हे काम सहज सुलभ झाले आहे. कणीक मळणे आणि भाज्या चिरणे हे वेळखाऊ कामही फूडप्रोसेसर मुळे सोपे झाले आहे.

प्रेशर कुकरमुळे एकाच वेळी डाळ भात भाजी शिजवता येते. त्यामुळे वेळ आणि गॅस दोन्हीची बचत होते. वापरातल्या भांड्यातही बदल होत आहे.पूर्वी तांब्यापितळेची भांडी वापरात होती.चुलीवरच्या स्वयंपाकाची काळी झालेली भांडी घासणं म्हणजे एक व्यापच होता. या भांड्यांची जागा स्टीलच्या भांड्यांनी घेतली. साफ करायला ही भांडी त्यामानानं सोपी होती. पण पदार्थ करपण्याची शक्यता या भांड्यात जास्त असल्याने नंतर निर्लेपची भांडी निघाली आणि महिलांचे श्रम अधिक कमी झाले. या भांड्यात पदार्थ चिकटण्याची आणि करपण्याची शक्यता नाही. शिवाय तेलाचा वापरही या भांड्यामुळे कमी प्रमाणात केला जातो. आरोग्याच्या दृष्टीने ही जमेची बाजू .स्वयंपाक घराच्या रचनेतही बदल झाला. खाली बसून स्वयंपाक करताना वस्तू घेताना करावी लागणारी उठबस खरंतर अवघडच होती. त्यात उभ्या किचन ओट्याचा झालेला बदल सर्वच दृष्टीने सोयीस्कर आहे. दिवसेंदिवस त्यात अधिकाधिक सुधारणा होत आहेत.

कपडे धुण्यासाठी अनेक घरांत दिसणारे वॉशिंग मशीन महिलांचे शारीरिक श्रम आणि वेळ कमी करण्यासाठीच आलेले आहेत.

महिलांना स्वत:चा विकास आणि प्रगती करून घेण्यासाठी गृहोपयोगी वैज्ञानिक शोधामुळे निश्चितच चांगलाच हातभार लागलेला आहे. घरकामातले शारीरिक श्रम कमी झाल्यामुळे त्या कामाला लागणारा वेळ वाचल्यामुळे महिलांना स्वत:साठी वेळ काढणं शक्य झालं यात शंका नाही.

एकीकडे सर्वच क्षेत्रांत स्त्री–पुरुषांच्या खांद्याला खांदा लावून प्रसंगी अधिक कौशल्य दाखवून काम करताना दिसते आणि दुसरीकडे मात्र सर्व स्तरावर स्त्रीच शोषण करण्याची पुरुषप्रधान मानसिकताही बळावताना दिसते ही शोषणाची परंपरागत मानसिकता बदलण्याला चालना मिळण्याऐवजी ती अधिकाधिक घट्ट होत जाईल अशीच भौतिक परिस्थिती चौफेर आहे.

वास्तविक स्त्रीपुरुष समतेचा प्रश्न हा नव्या समाजरचनेच्या निर्मितीतील एक महत्त्वाचा प्रश्न आहे. हा प्रश्न केवळ भावनिक नसून त्याला भौतिक व वास्तव अंगेही आहेत. शोषणाविरुद्ध निर्भिडपणे दाद मागण्याची स्त्रियांची मानसिकता तयार करणं महत्त्वाचे आहे.

भारतातील महिला आंदोलनाचे महत्त्वपूर्ण वैशिष्ट्य म्हणजे येथील स्त्री चळवळीचा व्यापक घडामोडींशी नेहमीच जवळचा संबंध राहिला आहे. चळवळीच्या माध्यमातून प्रत्येक प्रश्नांवर आपली प्रतिक्रिया नोंदविली आहे. व्यापक, लोकहितवादी,

धर्मनिरपेक्ष चळवळीबरोबर नाते टिकून राहिल्यामुळे स्त्री चळवळीचा विकास होत गेला आहे.

आदर्श समाजवाद्यांनी (युरोपियन सोशालिस्ट) प्रथमच स्त्री मुक्तीविषयी शास्त्रशुद्ध सिद्धांत मांडण्याचा प्रयत्न केला. फुरिये याने हे निदर्शनास आणून दिले की जेथे स्त्रियांना स्वातंत्र्य जास्त प्रमाणात मिळाले आहे त्याच समाजाने प्रगती केली आहे. अमेरिका, जपान आणि युरोपातील अनेक देशांमध्ये १९६२ नंतर आधुनिक काळातील स्त्री प्रश्नांसंबंधीची चळवळ सुरू झाली.या चळवळीत मांडल्या गेलेल्या विचारांना स्त्रीवाद किंवा स्त्री मुक्ती वाद म्हटले गेले. स्त्री-पुरुषांमध्ये असलेल्या शारीरिक भिन्नतेमुळे स्त्रिया दुय्यम नाहीत तर इतिहासात व आजही भिन्न समाज व्यवस्थांनी स्त्री-पुरुषांच्या शारीरिक भिन्नतेला जे अर्थ दिले, जे मूल्य चिकटवले त्यामुळे स्त्रियांची दडपणूक होताना दिसते.

समाजात खासगी मालमत्ता अस्तित्वात आली. व पिळवणूक करणारे व पिळले जाणारे असे दोन वर्ग निर्माण झाले. आणि ह्याच कारणास्तव स्त्रीपण आपले स्थान गमावून परतंत्र बनली. खासगी मालमत्तेमुळे शोषणारा आणि शोषला जाणारा वर्ग निर्माण होणे हे स्त्री च्या दास्यत्वाला कारणीभूत होते. हे वर्ग नष्ट होतील तेव्हाच स्त्री आपले मानाचे स्थान प्राप्त करू शकेल.

खासगी मालमत्ता अस्तित्वात आल्यावरच स्त्रीचे समान स्थान अधिकच गेले. रूढी परंपरा ह्यामुळे स्त्रीकडे पाहण्याची व तिला वागवण्याची रीत याविषयीच्या कल्पना इतक्या दृढमूल आहेत की आजही मिळवती स्त्रीसुद्धा परतंत्रच राहते. अनेकदा तिनं कमावलेल्या पैशावरही तिचा हक्क नसतो. तिच्या गैरसोयीची पर्वा केली जात नाही.

आपले हक्क, सामाजिक स्थान आपल्यावर होणारे अन्याय ह्याविषयी जागृत होऊन महिलावर्ग आपला आवाज प्रभावीपणे उठवत आहेत. त्याप्रमाणेच स्त्रियांचा हा प्रश्न हा एक व्यापक सामाजिक प्रश्नांचा भाग आहे. म्हणून पुरुषांनासुद्धा तो तितकाच महत्त्वाचा आहे याची जाणीव होत आहे.

अश्लील वाङ्मय, चित्रपट वगैरे अनेक माध्यमाद्वारा स्त्री ही एक उपभोग्य वस्तू म्हणूनच तिची प्रतिमा ठसविली जाते. त्यातच सतत वाढणारी गुंडगिरी व गुन्हेगारी इ.ची भर पडत आहे. त्यामुळे स्त्रीवरील अत्याचार ही नित्याचीच बाब होऊन बसली आहे. कायदे करून त्याला पूर्णपणे आवर घालता येत नाही, कायदा हा काही सामाजिक परिवर्तन घडवून आणू शकत नाही, कायद्याने थोडेफार संरक्षण मिळते. सर्व स्तरावरील सामाजिक परिवर्तन होणे त्यासाठी अत्यंत आवश्यक आहे. गेल्या दशकातील समाज सुधारकांनी स्त्री शिक्षणावर भर दिला होता तरी स्त्रीच्या दुय्यम स्थानात अजूनही फरक पडलेला नाही.

पुरुषांच्या आणि बहुसंख्य स्त्रियांच्याही मनोवृत्तीत अजूनही फारसा फरक पडलेला नाही. स्त्रियाही स्वत:ला कमी समजतात. पुरुषांपेक्षा आपल्याला कमी समजते, आपली ताकदही पुरुषांपेक्षा कमी आहे. असाच त्यांचा समज असतो. स्त्रियांनी स्वत:मधील न्यूनगंड काढून टाकायला हवा. सामाजिक वातावरणाचाही एक वेगळा परिणाम स्त्रियांवर होतच असतो.

आपल्या समाज व्यवस्थेत सर्व मूल्ये पैसा व त्यामुळे प्राप्त होणारा प्रभाव व ताकद यावर आधारलेली आहेत. नवऱ्याचे अस्तित्व व प्रतिष्ठा यावर स्त्रीची किंमत होते. नवऱ्याच्या अस्तित्वावर तिची रूपही बदलतात. नवरा असलेली सौभाग्यवती, नवरा गेलेला ती विधवा, नवऱ्याने सोडलेली ती परित्यक्ता अशा बिरुदावल्या स्त्रियांनाच लावल्या जातात. आजही हळदी कुंकवासारखे समारंभ साजरे केले जातात.त्यात विधवा स्त्रियांना बोलावलं जात नाही. आणि अगदी आम्ही खूप प्रगती केली आहे असं म्हणणाऱ्या विधवा स्त्रियांना बोलावतात पण त्यांना हळदी कुंकू लावत नाहीत. जिला नवरा आहे तिलाच तो मान असतो. म्हणजे खऱ्या अर्थी हळदीकुंकू हा समारंभ अप्रत्यक्षरीत्या पुरुषांचाच असतो.

स्त्री-पुरुष समानतेची मागणी करताना आणि त्याचा आग्रह धरताना निदान आम्ही सर्व स्त्रिया समान आहोत, आमच्यात पुरुषांच्या अस्तित्वामुळे कोणताही फरक आम्ही करणार नाही, असे स्त्रिया मानत नाहीत तोपर्यंत एकूणच समानता घडवून आणणं ही गोष्ट अवघड आहे.

शहरी वातावरणात थोड्याफार प्रमाणात सुशिक्षित स्त्रियांच्या विचारसरणीत बदल होतोय. पण संख्यात्मक दृष्टीने ही परिस्थिती नगण्य आहे. शतकानुशतके मनावर बिंबविले गेलेले विचार दूर व्हायला अजूनही बराच कालावधी लागणार आहे.

बुरसटलेल्या अन्यायी रूढी त्याच प्रमाणे जातीयता, अंधश्रद्धा व धर्मांधता ह्याविरुद्ध असलेले सर्व लढे स्त्रियांना फार महत्त्वाचे आहेत. धार्मिक अंधश्रद्धेचा उपयोग श्रमिकांप्रमाणेच स्त्रियांवर होत असलेला अन्याय चालू ठेवण्यासाठीच हितसंबंधाकडून होत असतो.

कामगिरी

* ६८,५७५साहाय्यता गटांची स्थापना लक्ष्य होते. ६५हजार गट योजनेमुळे १०लक्ष महिलांना साहाय्य.

* स्वयंसाहाय्यता गटांचे ९२८० समूहांची स्थापना

* स्वयंसाहाय्यता गटांचे ४८० गटपातळीवरील महासंघ स्थापन

* योजनेमुळे साहाय्यता गटांची रु.११०.१०कोटींची बचत

* ६१,८२६गटांची(९५%)बँकखाती
* साहाय्यता गटांच्या रु.८२.८०कोटींच्या बँकामध्ये ठेवी.
* २७.१२३साहाय्यता गटांनी (४२%)बँक कर्ज साहाय्य घेतले.
* रु.१०२.८३कोटी कर्ज साहाय्यता गटांनी बँकाकडून घेतले.
* ४४.२७६साहाय्यता गटांतील ४.८१ लक्ष महिला अर्थोत्पादन निर्मिती कामात गुंतलेल्या आहेत.
* ३४,९४५साहाय्यता गटांना (५४टक्के) इतर शासकीय योजनांमधून सोयींचा लाभ. आजवर अनेक राज्यांनी सामूहिक मिळकत निर्मिली आहे.३४००गट मिळकत निर्माण झाली आहे
* स्वयंसाहाय्यता गटांना १० विषयासंबंधी प्रशिक्षण दिले गेले आहे- स्वयंसिद्धा, स्वयंसाहाय्यता गट ह्या संकल्पना, बचत व पत, समूह-गटनियम, गटांतील भावनिक, प्रत्यक्ष व्यवहार, विश्वास निर्मिती, संघर्ष सोडवणूक,हिशोब व रोख रक्कम व्यवस्थापन, बँक खाते उघडणे. नेतृत्व विकास, २००६-०७ वर्षामध्ये (३१.१.०७पर्यंत) महाराष्ट्रासाठी रु. एक कोटीचा निधी दिला गेला. २० जिल्ह्यांमधील ३६विकास गटांमधील ३९३९स्वंय-साहाय्यता गटांना अर्थसाहाय्य मिळाले. २००५-०६ व २००६-०७ वर्षात स्टेप योजनेत अनुक्रमे ११०.१४३लक्ष व ६.९७६ लक्ष अर्थसाहाय्य व लाभार्थी १००० व १२५(१५.१.०७पर्यंत) होते.

(आधार : वार्षिक अहवाल२००६-०७, महिला व बचत विकास मंत्रालय, भारत सरकार)

* * *

१४. अकराव्या योजनेत महिलांसाठी कार्यक्रम

भारतात गेली ५६वर्षे पंचवार्षिक योजनेनुसार विकास कार्यक्रम, कल्याणकारी उपक्रम पार पाडले जात आहेत. आजवर दहा योजना व सहा वार्षिक योजनांद्वारे देशभर कार्यक्रम राबविले गेले आहेत.अकरावी योजना एप्रिल २००८पासून सुरू होत आहे. तिसऱ्या राष्ट्रीय कुटुंब आरोग्य पाहणीनुसार १५-४९ वयोगटातील औपचारिक शिक्षण मुळीच न लाभलेल्या स्त्रियांची संख्या ४१ टक्के आहे, तर पुरुषांची संख्या १८ टक्के आहे. अकराव्या योजनेच्या पथदर्शक मसुद्यात म्हटले आहे की, हे आता सारे बदलणार आहे. लिंगभाव ह्या एका महत्त्वाच्या गोष्टी तातडीने लक्ष दिले जात आहे. ह्या उणिवेतून, दुखण्यातून समाजाला मुक्त करण्यासाठी विशेष केंद्रित (फोकस्ड) प्रयत्न केले जाणार आहेत. महिलावर्ग आर्थिक, राजकीय आणि सामाजिकदृष्ट्या सक्षम व्हावा म्हणून उपयुक्त, साहाय्यक वातावरण निर्माण केले जाईल. अशाच भावना,आस्था, विचार पूर्वीच्या योजनांमध्येही स्त्री-पुरुष असमानतेबद्दल व्यक्त केला गेला होता. आता भारतीय अर्थव्यवस्था वेगळ्या विशेष वृद्धी मार्गावर वाटचाल करीत असून हे वृद्धीदर कायम ठेवले नाहीत तर अर्थव्यवस्था थबकेल, थांबेल ही जाणीव गतवर्षी इतर मागासलेल्या वर्गासाठीच्या आरक्षण प्रश्नासंबंधी स्पष्टपणे समजून आली. शिक्षणातील निरनिराळ्या विभागासाठी(सार्वजनिक अनुदान मिळणाऱ्या शिक्षण संस्था) ५४टक्के विस्तार वाढ कशी करता यासंबंधी करू लागले. तेव्हा अशिक्षित, योग्य गुणवत्ता असलेले शिक्षक मिळणे अवघड आहे असे दिसून आले.

भारतीय अर्थव्यवस्थेच्या सेवा क्षेत्रातील वाढीमुळे अनेक प्रकारच्या कौशल्यांची आवश्यकता, निकड निर्माण झाली आहे. ह्या सर्वांची कमतरता, तुटवडा मोठ्या प्रमाणात भासणार आहे, हे निश्चित. हा अडथळा दूर करण्यासाठी मुलींच्या साक्षरतेत फार मोठी वाढ झाली आहे. तसेच आजवर दुर्लक्षित, उपेक्षित जातींमधील साक्षरता प्रमाणात लक्षणीय वाढ झाली आहे. बालकांच्या व त्यांच्या मातांचा आरोग्य दर्जा सुधारला नाही तर शाळांमध्ये नव्यानेच दाखल झालेली मुले-मुली आपले शिक्षण उपयोगात आणू शकणार नाहीत वा ते आत्मसातही करू शकणार नाहीत. हा अडथळा दूर करण्यासाठी राष्ट्रीय ग्रामीण आरोग्य मिशनची स्थापना झाली आहे. पण ह्या मिशनला

निम वैद्यकीय व परिचारिका कर्मचाऱ्यांची फार मोठी कमतरता भासणार आहे. महिला व सीमान्तिक गट(मार्जिनलाइज्ड ग्रुप्स) ह्यांना मुख्य प्रवाहात आणण्यासाठी केलेले आजवरचे प्रयत्न का अयशस्वी ठरले ह्याची कठोर चिकित्सा करायला हवी. म्हणून साक्षरतेवर आधारित कौशल्यांचा तुटवडा भासून योजनांच्या महत्त्वाकांक्षी उद्दिष्ट वाढीला अडथळा निश्चितपणे येणार आहे हे समजून घ्यायला हवे. प्राथमिक शिक्षणातील मोठ्या प्रमाणावरील गळतीचा उल्लेख ह्या मसुद्यात आहे. २००३-०४ मधील राष्ट्रीय सरासरी प्रमाण होते ३१ टक्के. सर्व शिक्षा अभियानाचे उद्दिष्ट आहे २०१०पर्यंत आठव्या इयत्तेपर्यंत सर्व मुला-मुलींना सार्वत्रिक प्राथमिक शिक्षण देण्याचे. २ टक्के शिक्षणसारा (cess) सर्व कर रकमेवर घेतला जाईल व ह्या कार्यक्रमासाठी दर वर्षी निधी दिला जाईल. माध्यमिक व उच्च शिक्षणासाठी आणखी एक टक्का सारा २००७ च्या अर्थसंकल्पात लावला आहे. शाळेत जात असलेली मुले-मुली शाळा का सोडतात हे समजून घेतल्याशिवाय ह्या निधीच्या तरतुदीचा काहीही उपयोग होणार नाही. गळती प्रमाण अधिक का आहे ह्यासंबंधी मसुद्यात कारणमीमांसा आहे. कमी उपस्थिती व आहार ह्याचा मुकाबला करण्यासाठी दुपारचे भोजन योजना ह्या दुहेरी उपायाचा मुख्य उपक्रम होता. म्हणूनच मसुद्यात योग्य सूचना केली आहे की दुपारची भोजन योजना सर्व शिक्षा अभियानात विलीन करावी. गैरहजर शिक्षक, मुलींना घरचे काम करण्याचे दडपण ह्या दोन्ही समस्यांचा उल्लेख मसुद्यात आहे. पण ह्या समस्यांची जाणीव व योजलेले उपाय ह्यांचा प्राथमिक शिक्षण सार्वत्रिक करण्यासाठी फारसा उपयोग झाला नाही.

मसुद्यात प्राथमिक शाळांमधील सेवा सुविधांच्या कमालीच्या अभावाचा, कमतरतेचा उल्लेख एका अभ्यासानुसार केला आहे. फक्त २८ टक्के शाळांना वर्गामध्ये विजेच्या दिव्यांची सोय आहे. ५० टक्के शाळांमध्ये दोन शिक्षक वा दोन वर्गखोल्या आहेत. कुटुंबाला काही उपयोग, फायदा, योग्य लाभ दिसल्याशिवाय चांगल्या सेवा - सुविधा मुलींना शाळेत आणण्यासाठी पुरेशा नाहीत. आठ वर्षे शिक्षण घेत असताना शेवटी मुलींना, त्यांच्या मातांना काही उपयुक्तता, फायदा दिसत असेल तरच त्या शालेय शिक्षणाचे सातत्य कायम ठेवतील.

सर्वसामान्य ग्रामीण भागातील मुलीच्या आईस अशी भीती वाटते की शालेय शिक्षणामुळे मुलगी काहीही गोष्टी करण्यासाठी शिक्षित नसताना ग्रामीण जीवनाविरुद्ध तिचे मन वळेल. तिला त्याचा कंटाळा येईल. ही संधी न वाटता एक प्रकारची भीती आहे असे वाटते. शहरी केंद्राच्या जवळ राहणाऱ्या ग्रामीण शाळांतील मुलींना जेव्हा चांगल्या रोजगारांची संधी, मार्ग दिसतात तेव्हा काही उपयोग असतो. अन्यथा नाही. महिलांना विशिष्ट कौशल्ये शिकविणाऱ्या व्यावसायिक प्रशिक्षण केंद्रांनी ग्रामीण

शाळांशी जोडून घ्यायला हवे. अशा सर्व केंद्रांची भौगोलिक माहिती संकेतस्थळामध्ये नोंदली गेली तरच हे उपयुक्त ठरणार आहे.

जिऑग्राफिकल इन्फर्मेशन सिस्टिम(ऋख.ड) हे सॉफ्टवेअर गेली २० वर्षे प्रचलित आहे. भारताची जनगणना ही ह्या वेबसाइटवर उपलब्ध आहे. ह्या जीआयएस पद्धतीमुळे व्यावसायिक -प्राथमिक शाळा जोडव्यवसायांसाठी तयार करता येईल. एका विशिष्ट क्षेत्रातील शाळांना प्रवृत्त करण्यासाठी व व्यवस्थापन करण्याची जबाबदारी प्रत्येक व्यावसायिक केंद्राकडे सोपविता येईल.

दूर अंतरावरून पाणी आणण्याचे स्त्रियांचे अनुत्पादक काम कमी करण्यावर उपाययोजना आखावी लागेल. खेडूतांसाठी सोयीच्या टिकाऊ जल संसाधनांची उभारणी करावी लागेल.

स्त्री-पुरुषांसाठीच्या सोयीचा फरक कमी करण्यासाठी खूप प्रयत्न करावे लागतील. भारतातील नियोजन अनेक वर्षे क्षेत्रीय योजनांवरच केंद्रित झाले होते. त्या मानाने जागा, अंतराच्या सीमा, विस्तारांवर फारच कमी केंद्रित झाले होते म्हणजे जवळजवळ नगण्यच. माहिती व तंत्रज्ञान क्षमतेची प्रौढी सांगणाऱ्या आपल्या देशामध्ये ह्यांपैकी एकही तंत्रज्ञान केंद्रपातळीवर वापरले गेले नाही. पण काही राज्यांनी ह्याची सुरुवात केली आहे.

जगातील कोणतीही, कोणत्याही देशातील, कोणत्याही काळातील स्त्री द्रौपदीइतकी ज्ञानी, हजरजबाबीपणा, समंजस धैर्य या गुणांची प्रतीक नाही. एवढी ज्ञानी स्त्री आढळत नाही. आपल्या समकालीन प्रत्येक पुरुषाला द्रौपदीने वादविवादात हतप्रभ केले आहे. तिच्या ज्ञानापुढे आणि तेजापुढे त्या काळातील कुठलाच पुरुष टिकला नाही. कृष्णाचा फक्त अपवाद होता. पण त्याच्याबरोबर स्पर्धा करण्याचा प्रश्नच नव्हता, कृष्ण आणि कृष्णा यांच्यात कुठलीच स्पर्धा नव्हती. द्रौपदीच भारताची खऱ्या अर्थाने प्रतीक आहे.

- डॉ. राम मनोहर लोहिया.

१५. सिंहावलोकन आणि पुढची वाटचाल

महिलांच्या अपमानाची, अवहेलनेची, दुष्ट, वाईट वागणुकीची कहाणी फार जुनी पुरातन काळापासूनची आहे. राजा धृतराष्ट्राच्या दरबारात द्रौपदीची अवहेलना, अपमान चालला असताना तिने तेव्हा शाश्वत कायद्याची आठवण देऊन आवाहन केले. तिचा जगण्याचा हक्क, सन्मानाने जीवन कंठण्याचा हक्क यासाठीच तिने आवाहन केले होते. द्रौपदीसारखी अवहेलना जगातील बहुतेक सर्वच देशांतील स्त्रियांची होती असे म्हणता येईल (१७९२) (Vindication of the right of women) ह्या पुस्तकाच्या लेखिका मेरी वोलस्टोन क्रॅफ्ट म्हणतात. 'स्त्रीला हक्कांमध्ये वाटा, सहभाग असू द्या. मग ती पुरुषांच्या गुणांबरोबर येण्यासाठी स्पर्धा, चढाओढ करेल. कारण मुक्त झाल्यानंतर ती अधिक उत्कृष्ट ठरेल.' स्त्री पुरूषांमधील रचित विषमता, असमानता सामाजिकदृष्ट्या तयार झालेली असते हे पूर्वीच मान्य केलेले आहे.

श्रीमती सूसन बी अॅन्थनी ह्यांना जेव्हा 'माहीत असताना चुकीने, बेकायदेशीरपणे' 'आपले मतदान क़ेल्याबद्दल न्यायालयात उभे राहावे लागले. तेव्हा १८७३ मध्ये अँथनी न्यायाधीशांना म्हणाल्या की, न्यायाधीशांच्या त्यांना दोषी ठरविण्याच्या निकालामुळे शासनाचे प्रत्येक महत्त्वाचे, आवश्यक तत्त्वे, नीती पायदळी तुडविली गेली आहे. ते तत्त्व होते 'माझे नैसर्गिक हक्क, माझे राजकीय हक्क, माझे न्याय मिळविण्याचे हक्क सारे दुर्लक्षित झाले आहेत. नागरिकत्वाचा मूलभूत हक्क हिरावून घेतल्यामुळे नागरिक म्हणून माझा दर्जा घसरून पराधीनतेचे स्थान मिळाले आहे.' ह्या सवालातच अँथनीबाई 'सर्वच स्त्रियांसाठी समान नागरीकत्वाचा दर्जा ' हे तत्त्व स्पष्टपणे मांडत नव्हत्या का?

विसाव्या शतकाच्या पहिल्या काही दशकांतच अमेरिकेत व भारतात महिलांच्या हक्कांसाठी संघर्ष, आंदोलने सुरू झाली. मार्गारेट कझिन्स ह्या ब्रिटिश महिला मतवादी १९२३ मध्ये भारतात आल्या होत्या तेव्हा उत्तर प्रदेशने महिलांना मतदानाचा अधिकार हक्क प्रदान करण्याचा निर्णय घेतला होता. हे समजताच कझिन्सबाईंना विशेष आनंद झाला, हा आनंद व्यक्त करताना त्या म्हणतात,'तेथे बसून भारतीय राजकारण्यांची भाषणे ऐकणे आणि ग्रेट ब्रिटनएवढ्या मोठ्या उत्तर प्रदेशात स्त्रियांना प्रौढ मतदानाचा अधिकार, हक्क एकमताने देण्याची नोंद होत असताना ते निरखून पाहणे हा केवढा मोठा अनुभव होता.' दहा वर्षापूर्वी त्यांच्या देशात आयर्लंडमधील राजधानीत डब्लिन येथे,

होमरूल बिलामध्ये मतदानाचा स्त्रियांचा सहभाग वगळण्याबद्दल मार्गारेट कझिन्सना तुरुंगवास घडला होता.

गांधीजींच्या राष्ट्रीय आंदोलनांमध्ये स्त्रियांचा सहभागाचा बोलबाला, माहिति इतर अनेक देशांमध्ये पोचली होती. भारतीय राज्यघटनेत स्त्री-पुरुष भेदभाव न पाळता स्त्रीपुरुषांना समान हक्क दिले आहेत. ही संवेदनशीलता उल्लेखनीय आहे. घटनेच्या १५(१)कलमानुसार जाती, लिंग आधारित भेदभावास बंदी घातली आहे. कलम१५ (३)शासनास स्त्रिया व बालके ह्यांना खास तरतुदी देण्याचा अधिकार देते.

अमेरिकेत बेट्टी फ्रिडन, ह्यांच्या संस्थेच्या कार्यकर्त्या, पदाधिकारी, ह्यामुळे १८व्या, १९व्या शतकात स्त्रीवादी पुरुषांनी केलेले कार्य यामुळे पाश्चिमात्य देशांतील स्त्रीवादी विचार निर्माण झाला, प्रगत झाला. स्त्रीवादी विचारवंतांनी महिला चळवळीचे तिसरे स्वरूप म्हणजे समकालीन महिलांचे आंदोलन वा महिलांचे नवे आंदोलन निर्माण होण्यास दोन व्यापक घटना कारणीभूत झाल्या. पहिली आहे १९६७ मध्ये सुरू झालेली औपचीरक प्रक्रिया- संयुक्त राष्ट्रसंघाच्या सर्वसाधारण सभेने महिलांविरुद्ध होणाऱ्या भेदभाव निर्मूलनाची घोषणा केली, ह्या घोषणेमुळे परिणामी १९७५ हे आंतरराष्ट्रीय महिला वर्ष व १९७६-८५ हे आंतरराष्ट्रीय महिला दशक घोषित झाले. १९६८मध्ये फ्रान्समध्ये विद्यार्थ्यांचे, तरुणांचे मोठे आंदोलन छेडले गेले. एक प्रकारचे विरोध, निषेध, संताप, क्रोध ह्याचे वातावरण अनेक ठिकाणी होते. शासनाचा नाकर्तेपणाबद्दल, काही ठोस कार्यक्रम राबविण्याच्या असमर्थतेबद्दल जनमानसात,कार्यकर्त्यांत असंतोष होता. मेक्सिको येथे १९७५मध्ये भरलेल्या संयुक्त राष्ट्रसंघ पुरस्कृत आंतरराष्ट्रीय परिषदेत वैश्विक भगिनीभाव विषय पुढे आला. १९८० मध्ये कोपेनहेगन येथे अर्धदशक परिषद भरली होती. त्या परिषदेत जमेकियाच्या महासचिव ल्युसिली मोरा ह्यांनी नवीन आंतरराष्ट्रीय अर्थव्यवस्थेसंबंधी आवाज उठविला त्यामुळे परिषदेत खळबळ उडाली. अशा वक्तव्यामुळे आंदोलनात दुफळी, फूट पडण्याची भीती व्यक्त होत होती पण दुफळी आधीच निर्माण झाली होती. परिषदेच्या जवळच्या जागेत एकत्र आलेल्या कृतिशील कार्यकर्त्यांनी पारंपरिक पाश्चिमात्य स्त्रीवाद्यांच्या आश्रयदात्या वृत्ती-प्रवृत्तीबद्दल तिरस्कार व्यक्त केला होता. त्यांचे चुकीचे, अपुरे विश्लेषण असूनही सर्व महिलांच्या वतीने त्यांनी बोलण्याचे ठरविले होते.

नैरोबी परिषदेने आंतरराष्ट्रीय महिला दशकाची समाप्ती सांगता झाली आणि महिलांच्या सक्षमतेच्या प्रश्नाचा विकासाचा महत्त्वाचा भाग त्याकडे अधिक लक्ष वेधून घेतले. अन्नधान्य समस्या, कर्जप्रश्न, सांस्कृतिक संघर्ष हे सारे स्त्रीवादाचे प्रश्न म्हणून गणले गेले. भारतात ह्या औपचारिक प्रक्रियेमुळे काही अनुकूल लाभदायक घटना घडल्या.१९६७ च्या जाहीरनाम्यावर घोषणापत्रावर भारताची स्वाक्षरी होती. त्यामुळे एक कर्तव्य-जबाबदारी म्हणून 'महिला दर्जा समिती'ची स्थापना केली. ही स्थापना ही

एक अनुकूल घटना होती. ह्या समितीच्या अहवालाने आशा-अपेक्षांचे वातावरण निर्माण केले असे अमेरिकन अभ्यासक लेस्ली जे कॅलमन ह्यांनी आपल्या पुस्तकात म्हटले आहे. समितीने सादर केलेला माहितीपर आकडेवारी असलेला वास्तव अहवाल होता. ह्या अहवालामुळे धार्मिक व कौटुंबिक जीवनातील दुय्यम कमी दर्जाची भूमिका व अवस्था होती. आरोग्यसेवा कायदा, आर्थिक, शैक्षणिक, राजकीय क्षेत्रातील संधी ह्यामध्येही परिस्थिती भयानक, निराशाजनक, अस्वस्थ करणारी होती. ह्या अहवालाने अनेक शिक्षित, राजकीय विचारांच्या भारतीयांना मोठा धक्काच बसला. अहवालात म्हटले आहे, 'जर स्त्री पुरुषांच्या भूमिका अधिक न्याय्य, समतावादी वाटणीकडे असेल तर हितकर, उपकारक आहे. पण जर आधुनिकीकरणाच्या शक्तीमुळे विषमता अधिक तीव्र होणार असेल तर आपण भारतीय राज्यघटनेच्या प्रेरक तत्त्वापासून दूर जात आहोत.'१९७०चे दशक अनेक घटना, घडामोडी, परिषदा, मेळावे, ह्यांनी गाजले होते. महिलांच्या प्रश्नांना चालना मिळाली. विकास, समता, शांतता घोष शब्द असलेले १९७५ हे आंतरराष्ट्रीय महिला वर्ष व १९७६-८५ हे दशक ह्यांनी जगभरच्या महिला वर्गात एक नवीन उत्साह, चैतन्य, स्फूर्ती, प्रेरणा निर्माण केली. ह्या दशकात स्वामित्व, पुरुषत्व(पॅट्रीआर्की) हा शब्द स्त्रीवादी चळवळीच्या आंदोलनाच्या शब्दकोशात दाखल झाला.'रांधा,वाढा, उष्टी काढा हे स्त्रियांचेच काम, त्यांनीच ते करावे' असे मानणाऱ्या पुरुषांविरूद्ध, पुरुषवर्गाविरुद्ध जहाल स्त्रीवादी नेत्यांनी कार्यकर्त्यांनी पुरुषत्वांतच स्वामीत्वातच महिलांवरील जाचाचे, जुलमाचे अवहेलनेचे, अपमानाचे मूळ आहे असे मनोमन मानले, पक्के केले. पुरुषांच्या अधिकारशाहीचा, नियंत्रणशक्तीचा, महिलांवरील अनियंत्रित सत्तेचा तो दुष्ट आविष्कार होता. गेल्या ३०-४० वर्षात वाढलेले बालिकांवरील, तरुणींवरील, प्रौढ स्त्रियांवरील बलात्कार व सर्व आर्थिक स्तरातील, सामाजिक वर्गातील घरात होणाऱ्या हिंसक घटना ह्यावरुन ती पुरुषसत्ता, स्वामित्व भावना किती उग्र,आक्रमक व्यापक होत आहे हे दिसून येते. पुरुषांच्या आक्रमक मानसिकतेचे स्वरूप दाहक, चिंताजनक आहे. बलात्काराचा गुन्हा हा पूर्वी कोठेतरी,कसा तरी झालेला गुन्हा मानला जात असे. पण आता तो इतक्या सहजतेने दुर्लक्षिला जात नाही .१९७९ मध्ये मुंबई उच्च न्यायालयाने पोलीस कोठडीत, मथुरा नांवाच्या तरुण आदिवासी मुलीवर बलात्कार केलेल्या दोन पोलिसांना दोषी ठरवले होते पण सर्वोच्च न्यायालयाने मात्र त्या दोन पोलिसांना दोषमुक्त केले कारण ती तरुणी स्वेच्छेने लैंगिक समागमास तयार झाली व तिचे पूर्वचारित्र्य संशयास्पद होते व 'कथित समागम' हे शांततेने झालेले कृत्य होते, असे न्यायालयाने म्हटले . सर्वोच्च न्यायालयाच्या या निर्णयाने देशभर खळबळ माजली ,मुंबईतील एका महिलाने महिलांवर होणाऱ्या जुलमाविरुद्ध व्यासपीठ स्थापन करुन पत्नीची मारहाण लैंगिक छळ, हुंडा बळी आणि स्त्री भ्रूणहत्या चालीविरुद्ध लढण्याचे ठरविले. १९७५ ते २००० हया पाच शतकात

आंतरराष्ट्रीय पातळीवर संयुक्त राष्ट्र संघटेने तर्फे चार परिषदा - मेक्सिको,नैरोबी कोपेनेहेगन, बीजिंग येथे आमंत्रित केल्या होत्या. या परिषदामध्ये महिलांना जाचणाऱ्या, त्रस्त करणाऱ्या अनेक आर्थिक सामाजिक, सांस्कृतिक, कौटुंबिक प्रश्नांना वाचा फोडली, प्रश्न ऐरणीवर आले. जागतिक महिलांचे प्रश्न, समस्या, अडथळे अडचणी, अडसर सर्वसाधारणपणे सारखे आहेत. स्वरूप विदेशी समान आहे. फरक आहे तो अंशात्मक, संख्यात्मक. काही वेळी काही बाबतीत काही वेळा गुणात्मक फरकही आहे. २१ व्या शतकात पहिल्या सात वर्षात भारतातील अनेक राज्यांत स्त्रियाविरुद्ध गुन्हे, छळणुक अत्याचार, बलात्कार, फसवणुक हुंडाबळी घडून आले आहेत. महाराष्ट्रात कोठेवाडीतील, खैरलांजी येथील, अमानुष गुजरात दंगलीतील कृत्ये ही काही प्रातिनिधिक उदाहरणे आहेत.ही यादी खूप वाढविता येईल. दुर्दैवाने भारतात अशा घटना, घडामोडी नित्याच्या झाल्या आहेत. महाराष्ट्रात १९ जिल्ह्यांत स्त्री-पुरुष प्रमाण घसरत आहे. कोल्हापुर, सांगली, सोलापूर, सातारा या पश्चिम महाराष्ट्रातील शिक्षित, सांपत्तिकदृष्ट्या चांगला जिल्हयात हे घडत आहे, ही चिंताजनक बाब आहे. वैज्ञानिक, वैद्यकीय तंत्रज्ञानाचा दुरुपयोग उघड होत आहे ही शरमेची गोष्ट आहे. गेल्या ८-१० वर्षांत कुटुंब संस्थेत पती-पत्नी संबंधात पुरुष-स्त्री नात्यात अगदी वेगळे चिंताजनक,बदल होत आहेत. घटस्फोटांचे प्रमाण दिल्ली, मुंबई, पुणे, बंगलोर आदी शहरांत वाढत आहे. माहिती-तंत्रज्ञान क्षेत्रात पती, पत्नी अभियंते म्हणून अनेक तास संगणकाशी काम करावे लागत आहे त्यामुळे संवाद, संबंध सहवास कमी झाला आहे ह्यामुळे त्यांनी वैवाहिक जीवनात स्वारस्य वाटेनास झाले आहे. विवाह बंधनात न अडकता फक्त एकत्र राहणे,संबंध ठेवणे काही स्त्री पुरुषांना सोईचे, सुयोग्य वाटत आहे. महाराष्ट्रात घटस्फोटांचे प्रमाण जिल्ह्यांतील छोट्या शहरी भागातही वाढत आहे. मुंबईच्या जवळचे ठाणे अग्रक्रमांवर आहे. ठाणे जिल्हा सत्र न्यायालयात (जेथे घटस्फोटाच्या अर्जांची सुनावणी होते) २००७ ह्या वर्षात ३६७५घटस्फोट-अर्ज दाखल झाले. म्हणजे दर दिवशी १०अर्ज स्वीकारले गेले. ह्या न्यायालयात गेल्या पाच वर्षात एकूण २३९९३ अर्ज दाखल झाले. दोन वर्षांपूर्वी सर्वात अधिक अर्ज(मुंबईपेक्षा जास्त) ५७३४ न्यायालयात दाखल झाले. ठाणे न्यायालयात अर्ज दाखल झालेल्यांची कारणे आहेत मद्यपान, कौटुंबिक हिंसा आणि हुंड्यासाठी छळवणूक. मुंबईच्याजवळ ठाणे येथे हे प्रमाण अधिक असणे स्वाभाविक आहे. समजण्यासारखे आहे.

पुणे, नागपूरसारख्या छोट्या शहरातही घटस्फोटांचे प्रमाण चिंताजनक आहे. २००२मध्ये पुण्यात १४३९ अर्ज दाखल झाले व २००६मध्ये तो आकडा १८६८पर्यंत वाढला बीपीओ तेजीच्या काळात २५-२६ वयाचे अनेक तरुण विवाहबद्ध झाले पण अनेक जोडप्यांना हे बंधन तोडावेसे वाटले. आपण एकमेकांना जुळणारे नाही,फार काळ पटणारे नाही असे वाटू लागले. झटपट श्रीमंती मिळावी, सर्व आधुनिक सुखसोयी,

साधने, वस्तू तात्काळ, लवकर मिळाव्यात असे त्या नोकरीतही युवक-युवतींना तीव्रतेने वाटू लागले. आकाक्षांची स्पर्धा सारखी सुरू झाली यामुळे काही वेळा वैफल्य, निराशा, असमाधान, असंतोष वाढू लागला आणि त्याचे पर्यवसान विवाह विच्छेदनात, घटस्फोटात होण्यास प्रारंभ झाला. वेगळे होणेच श्रेयस्कर असे त्यांना वाटू लागले.

मुळातच समज, जुळवणूक, तारतम्य हे कमी प्रमाणात असेल तर अगदी बऱ्याच क्षुल्लक, मामुली, फुटकळ कारणांवरूनही पती-पत्नी एकमेकांपासून अलग होतात. फारकत घेतात.

स्त्रीला पत्नी, आई, कन्या, बहीण अशा चार भूमिका पार पाडायच्या असतात. म्हणजे ह्या प्रत्येक नात्यात एक पुरुष आहे. त्या पुरुषाची जडणघडण संस्कार, जीवनाकडे पाहण्याचा दृष्टिकोन मानसिकता, वृत्ती-प्रवृत्ती ह्या साऱ्या बाबी महत्त्वाच्या, प्रभावी, निर्णायक ठरतात. गेल्या २५-३० वर्षात मध्यमवर्गीय पुरुषाची मानसिकता बदलत आहे. पैसा, धनसत्ता, संपत्ती आणि त्यामुळे येणारा मान, ऐट, बडेजावचा आग्रह ह्या गोष्टी वाजवीपेक्षा अधिक प्रमाणात पुरुषाला महत्त्वाच्या, अग्रक्रमाच्या वाटायला लागल्या आहेत.

भारतातील महिलांचा दर्जा.

एकूण लोकसंख्या १०२५.२५ दशलक्ष
एकूण महिला ४९४.८२ दशलक्ष (लोकसंख्येत ४८.२६टक्के)
देशातील एकूण स्त्रियांमध्ये
काम करणाऱ्या महिलांचा सहभाग- २५.८७ टक्के
देशातील एकूण पुरुषांमध्ये
काम करणाऱ्या पुरुषांचा सहभाग -५१.९३ टक्के
एकूण शेतकरी ४१.२९ दशलक्ष (३२.३५ टक्के)
एकूण शेतमजूर १०७.४४ दशलक्ष
एकूण महिला शेतमजूर-४७.९४ दशलक्ष (४४.६२ टक्के)
एकूण शेतजमीन ११५.५८ दशलक्ष
स्त्रियांच्या मालकीची शेतजमीन ११.०१ दशलक्ष
(आधार : Census of 2001)

स्त्रीवर होणाऱ्या बलात्कार, अत्याचार, अवहेलना, अपमान ह्या साऱ्यांचे प्रमाण वाढताना दिसत आहे. ते संपूर्णपणे निर्मूलन होईल, थांबेल अशी आशा बाळगणे भाबडेपणाचे ठरेल. शासनातर्फे वेळोवेळी होणारे प्रतिबंधक कायदे, जनसामान्य स्त्री पुरुषांचे सातत्याने प्रबोधन, प्रसारमाध्यमांचा दबाव व त्यांच्यामार्फत होणारे जनजागरण व वातावरणनिर्मिती ह्या सर्वांचा सामूहिक परिणाम म्हणजे त्या प्रमाणात होणारी घट.

ह्या सर्व अत्याचार, अन्यायापासून मुक्त असा समाज निर्माण करणे हे दूरवरचे उद्दिष्ट आहे. अंतिम ध्येय आहे. त्यासाठीच शासन, जनसामान्य, प्रसारमाध्यमे, स्वयंसेवी संस्था ह्यांची बांधिलकी निर्माण होणे अगत्याचे आहे. भारतीय राज्यघटनेची उद्दिष्टे ही पायाभूत आहेत. समता स्वातंत्र्य,बंधुता ह्या मूल्यांसाठीच भारतातील महिला विकासाची वाटचाल चालू आहे. ८-१२ सप्टेंबर २००६या दरम्यान भरलेल्या महिलांच्या राष्ट्रीय संमेलनाच्या घोषणापत्रात म्हटले आहे ''आम्ही स्त्रिया वेगवेगळ्या गटाच्या संघटनांच्या सदस्य आहेत व वेगवगळ्या जीवनाच्या क्षेत्रात काम करतो. वेगवेगळ्या राज्यांतून येथे जमलेल्या आहोत. आम्हा सगळ्यांच्या राजकारणाच्या दिशा थोड्या वेगळ्या आहेत. आम्ही वेगवेगळ्या सांस्कृतिक आणि धार्मिक वातावरणात जगतो, त्यापैकी काही तर कोणत्याच धर्माचे नाते सांगत नाहीत. आमचे वर्ग, जाती आणि लैंगिक अभिव्यक्ती वेगवेगळी आहे. आमच्या भाषा वेगवेगळ्या आहेत आणि जातकुळीही वेगवेगळी आहे. आमच्यातील एकच समान सूत्र म्हणजे आम्ही सर्व अन्याय व शोषणावर आधारीत पुरुषी सत्तेच्या विरोधात आहोत. आम्ही विविधतेचा आदर करतो आणि ही बांधिलकी मानूनच विविधतेचा आधार घेऊन निर्माण केली गेलेली विषमता घालवून न्याय्य समाजबांधणीसाठी प्रयत्नशील राहू इच्छितो.'' घोषणापत्राची मांडणी वास्तव सुस्पष्ट आहे. बहुसांस्कृतिकता बहुधार्मिकता, बहुविविधता मानणारी बांधिलकी सर्वसमावेशक आहे. भारतातील महिला वाटचालीस आगामी काळात योग्य दिशा, योग्य वेग देणारी भूमिका ह्या घोषणापत्रात मांडली आहे. महिला विकासाच्या आगामी वाटचालीत पुरुषवर्गाच्या समंजसतेची, उदार मनोवृत्तीची नितांत आवश्यकता आहे. स्त्रीमुक्तीची कार्यप्रेरणा हे पुरुषविरोधी, पुरुषाला शत्रू मानणारे असणार नाही कारण महिला मुक्तीबरोबरच पुरुषमुक्तीही होणार आहे. कौटुंबिक जीवन सुखी समाधानी, सुसंकृत होण्यासाठी पुरुषवर्गात सुयोग्य बदल परिवर्तन वेगाने व्हायला हवा. पुरुषसत्ता, स्वामित्वभावना अधिकाधिक मवाळ, सहयोगी पूरक व्हायला हवी. आगामी काळातील महिला विकासाची वाटचाल प्रामुख्याने पुरुषवर्गाच्या वृत्ती-प्रवृत्ती परिवर्तनावर अवलंबून आहे.

पंचायत राज संस्थांमध्ये - पंचायत, पंचायत समिती आणि जिल्हा परिषद - देशात १२ लक्ष महिला निवडून आल्या आहेत. निवडून आलेल्या एकूण सर्व लोकप्रतिनिधींमध्ये त्यांची संख्या ३७ टक्के आहे. पंचायत राज कायद्याने महिलांना राजकारणाची, राजकीय कार्याची दारे उघडली गेली आहेत. वाट मोकळी झाली आहे. ज्या महिलांनी पंचायत राज संस्थांमध्ये चांगली कामगिरी, कर्तृत्त्व दाखवले आहे त्यापैकी अशा १२ महिलांची यशोगाथा सांगणारी 'नवी क्षितिजं, नवी आव्हानं: पंचायत राज व्यवस्थेतील स्त्रिया' अशी एक पुस्तिका श्रीमती विद्या कुलकर्णी यांनी लिहिली असून पुणे येथील 'आलोचना स्त्री विषयक संग्रह आणि संशोधन केंद्र' या संस्थेने प्रकाशित केली आहे.या बारा महिलांमध्ये सहा महिला महाराष्ट्रातील आहेत.

त्यांपैकी श्रीमती बेबी गौतम,(पंचायत सदस्य डोंगरगाव जिल्हा गडचिरोली) आणि पार्वती पाडवी,(पंचायत सदस्य,कोठडा,तालुका जिल्हा नंदूरबार) ह्या आदिवासी आहेत. इतर चार महिला आहेत श्रीमती कुशावती बेके,(सभापती, महिला व बालविकास समिती, जिल्हा परिषद सदस्य,लातूर),रत्नमाला वैद्य (पंचायत सदस्य गणेशपूर जिल्हा भंडारा), सुशीला पवार (पंचायत सदस्य, ढोणवस्ती, तालुका चिपळूण, जिल्हा रत्नागिरी), लतिफ शेख, (पंचायत सदस्य, रायमोस तालुका शिरूर, जिल्हा बीड ह्या सहाही महिलांचे योगदान,कर्तृत्व, कामगिरी लक्षणीय आहे हे निश्चित. महाराष्ट्रात व देशातील इतर राज्यांत असे कर्तृत्व गाजविणाऱ्या अनेक महिला आहेत. ह्यांच्या कामगिरीमुळे महिला संधी मिळाल्यानंतर किती चांगली कामगिरी बजावू शकतात हे सिद्ध झाले आहे. महिला सक्षमता, सबलीकरण कसे परिणामकारक, प्रभावी होते हे समजून येते.

प्रगती आदिवासी महिलांची

वने, जंगले, अरण्ये यामध्ये राहणारे जनसामान्य म्हणजे आदिवासी. वनात राहणारे म्हणून त्यांना वनवासी म्हटले जाते. वनवासी हे भौगोलिकदृष्ट्या नाव. आदिवासी म्हणजे सर्वांत जुने, मूळचे लोकसमूह. २००१ च्या जनगणनेनुसार भारतात एकूण ८.४ कोटी आदिवासी आहेत, म्हणजे देशाच्या लोकसंख्येच्या जवळजवळ ९ टक्के. देशातील ७५० आदिवासी जमाती सहा भौगोलिक परिस्थितिक विभागात राहतात. ईशान्य विभाग :अरुणाचल प्रदेश, आसाम,मणिपूर, मेघालय, मिझोराम, नागालँड आणि त्रिपुरा ह्या राज्यांतील अबोर, गारो. खासी कुकी, मिस्मी, नागा इत्यादी. हिमालयीन विभाग: उत्तर बंगाल, उत्तर प्रदेश, हिमाचल प्रदेश राज्यांतील लेपचा, राभाइ, मध्यभारत: बिहार, ओरिसा, मध्यप्रदेश व पश्चिम बंगाल राज्यांतील भूर्माज,गोंड हो. ओरान, मुंडा, संभाल इत्यादी. पश्चिम भारतातील राजस्थान, महाराष्ट्र, गुजरात, गोवा, दादरा व नगर हवेलीतील वारली, कातकरी, भिल्ल इत्यादी. दक्षिण भारतातील कर्नाटक, आंध्र प्रदेश, तमिळनाडू आणि केरळ राज्यातील चेंचू, इरुला, कादर, कोटा, दोडा इत्यादी आणि अंदमान, निकोबार, लक्षद्वीपमधील अंदमानी, ओंग इत्यादी. महाराष्ट्रात आदिवासींची लोकसंख्या एकूण ८५.७७ लक्ष आहे म्हणजे राज्याच्या लोकसंख्येत आदिवासी- भिल्ल, महादेव कोळी, गोंड, वारली, कोंकणी, ठाकूर, कातकरी, गावीत ह्या आठ जमातींची संख्या प्रत्येकी एक लाखाहून अधिक आहे. ह्या जमाती प्रामुख्याने ठाणे, नाशिक, धुळे, जळगाव, नंदूरबार, अमरावती, चंद्रपूर, गडचिरोली, नगर, पुणे आणि रायगड ह्या ११ जिल्ह्यांत आहेत. आदिवासींच्या आर्थिक, व्यावसायिक व्यवहाराचे मुख्य भाग असे-अन्न संकलन, शिकार, मासेमारी, पशुपालन, शेती, हस्तव्यवसाय व उद्योगधंद्यातील कष्टातून अर्थार्जन.

आदिवासी स्त्री-पुरुष निसर्गाच्या सान्निध्यात राहत असल्यामुळे त्यांच्या जीवनात एक प्रकारची विलोभनीय सहजता, सरलता, सुंदरता आहे. भौतिक, औद्योगिक, आधुनिक सुधारणांच्या, सुखसोयींच्या संपर्कात येऊनही त्यांनी आपले मूळ अभिजात सांस्कृतिक वैशिष्ट्य कायम ठेवले आहे. अर्थव्यवस्थेतील सहकार्य, परस्पर विश्वास, भ्रातृभाव, जमातीची कर्तव्ये व जबाबदारी ह्या त्यांच्या आर्थिक जीवनाच्या मूळ प्रेरणा आहेत. स्त्रियांना पुरुषांच्या बरोबरीने समान वागणूक आहे. बालसंगोपन, संवर्धन कार्य मोलाचे मानले जाते त्यामुळे आदिवासी समाजात बालविवाह प्रथा नाही. मुलगाच हवा हा हट्ट, आग्रह नसल्यामुळे स्त्रीगर्भ हत्या नाहीत. हुंडा पद्धत नसल्यामुळे हुंडाबळी, मुलींची, तिच्या आई -वडिलांची छळणूक, त्रास, सक्ती आदी प्रकार नाहीत. आदिवासी जिल्ह्यात स्त्री-पुरुष प्रमाण फारसे कमी झाले नाही. चिंतेची बाब तर मुळीच नाही. अरुणाचल प्रदेशात स्त्री पुरुष प्रमाण आहे ९९८, मेघालयात ९९७ आणि केरळमध्ये ९९६. केंद्रशासनाने पुरस्कृत, अनुदानित केलेले शिक्षण, आरोग्य, महिला बालकल्याण आदी क्षेत्रांतील व त्या त्या राज्य शासनाचे विकास कार्यक्रम राज्यात व केंद्रशासित प्रदेशात राबविले जातात. उदा. राष्ट्रीय ग्रामीण रोजगार योजना, राष्ट्रीय ग्रामीण आरोग्य मिशन, एकात्मिक बालविकास सेवा कार्यक्रम आदी विकास कार्यक्रम देशातील सर्व आदिवासी क्षेत्रांत राबविले जातात. स्वयंसेवी संस्थाही शासकीय साहाय्य, निधी संकलन करून शासकीय योजना राबवीत आहेत.

३१ मार्च २००६ पर्यंत एकात्मिक बालविकास सेवा कार्यक्रम एकूण ६११८ विकास गटांत राबविला जात होता. त्यांपैकी ८०९ आदिवासी विकास गट होते.

'रांधा, वाढा, उष्टी काढा' ही भारतातील शहरी, ग्रामीण भागातील महिलांची सर्वसाधारण जीवनशैली व दिनक्रम असतो. पण आदिवासी महिलांची स्थिती जरा वेगळी, निराळी आहे. १९६१ मध्ये ढेबर समितीने अहवालात म्हटले आहे की, आदिवासी स्त्री ही कधीही केवळ ओझे वाहणारी नाही. परावलंबी, असहाय्य नाही. कौटुंबिक व्यवहारात ती निश्चयी, कठोर असते. तिची पकड पक्की असते. गोंड जमातीत स्त्रीला दर्जा व स्वातंत्र्य असते. पती निवड, विवाहपूर्व लैंगिक अनुमती, घटस्फोट आदी बाबीत गोंड ही भारतातील एक प्रमुख आदिवासी जमात आहे. चेंचू संबंधी हेमेंन डॉर्फ म्हणतात," सर्व व्यवहारात, कामात पती-पत्नी हे समान जोडीदार असतात. संपत्तीवर संयुक्त मालकी असते. पत्नीने माहेराहून आणलेल्या वस्तूंवर तिची मालकी असते. सेमा नागा महिलांना उच्च सामाजिक दर्जा असतो. सर्वच आदिवासी जमातीत ही परिस्थिती नाही हे खरे आहे.

* * *

संदर्भ ग्रंथ

१. साने गीता – भारतीय स्त्रीजीवन, – मौज प्रकाशन गृह, मुंबई १९८६
२. गर्गे स.मा. संपादक – भारतीय समाज विज्ञान कोश –खंड ५, समाज विज्ञान मंडळ पुणे
३. गवाणकर डॉ.रोहिणी – भारतीय स्त्री शक्तीचे राजकारणी रूप
४. खडपेकर विनया – स्त्रीमुक्तीच्या महाराष्ट्रातील पाऊलखुणा
५. वळंजू तारा मधुसूदन – स्त्रीमुक्तीचा क्रांतिकारक मार्ग
६. सुशीला गोखले–पटेल – स्त्रीमुक्ती केव्हा व कशी
७. भारतीय स्त्रीजीवनाची गुंतागुंत–स्त्रीअभ्यास केंद्र–पुणे विद्यापीठ
८. खैरमोडे चांगदेव भवानराव – भारतीय घटनेचे शिल्पकार डॉ.भीमराव रामजी आंबेडकर, चरित्र ग्रंथ – खंड १०, वा
९. संत डॉ.दु.का. –स्त्रीजीवन : अन्वय आणि अर्थ (बचत गट माहिती–'सकाळ 'वृत्तपत्र)
१०. Ashok kumar Harish - Women power Status of Women in India, - Pub. Gian publish ing house,New Delhi,1991.
११. Jain Devaki - Indian Women (Edited) Publications Division, New Delhi 1975.
१२. Mukhopadhay Dr. Lipi - Tribal Women In Development, Publications Division, New Delhi 2002.
१३. Pande Sunita -Women's Subordination (Its origins), kanak Publications, New Delhi 1989.

मासिके

१. 'योजना' ऑक्टोबर २००६–जेंडर बजेटिंग, (नवी दिल्ली), बेलापूर– नवी मुंबई.
२. जागतिक महिला आंदोलनाचा वेध २००३–२००४ – गोऱ्हे डॉ.नीलम संपादन – स्त्री आधार केंद्र, पुणे
३. भारतीय महिला फेडरेशन, मुंबई १९८४
४. 'बायजा' वर्ष ३१ अंक १,२,५ प्रकाशक –बायजा पुणे
५. ललकार–स्त्रीमुक्ती संघटना – साठे शारदा
६. प्रबोधन ज्योती– मार्च २००२
७. Approach to 11th plan Yojana May 2007, Publications Division, New Delhi .
८. Towards Equality Seminar sept.2001, Seminar Publications. New Delhi

www.ingramcontent.com/pod-product-compliance
Lightning Source LLC
La Vergne TN
LVHW090000230825
819400LV00031B/470